ആഴം

ആതിര അത്തിയേക്കൽ

Made with ♥ on the Notion Press Platform
www.notionpress.com

ഉള്ളടക്കം

ആമുഖം

ജീവിതം നമുക്ക് മുന്നിലേക്ക് ഇട്ട് തരുന്ന ചില തിരിച്ചറിവുകൾ ഉണ്ടാവും ; ആദ്യം നമ്മൾ വിശ്വസിച്ചത് എല്ലാം തെറ്റായിരുന്നു എന്ന് മനസിലാക്കി തരുന്ന നിമിഷം. ആദ്യം ഒക്കെ ആ യഥാർത്ഥ്യത്തെ ഉൾകൊള്ളാൻ ഒരുപാട് ബുദ്ധിമുട്ടായിരിക്കും. എന്നാൽ നിരന്തരമായ പരിശ്രമത്തിലൂടെ അത്തരം ബുദ്ധിമുട്ടുകളെ തരണം ചെയ്ത് പുറത്ത് കടക്കാൻ പറ്റിയാൽ നമ്മൾ ഏറ്റവും കൂടുതൽ സന്തോഷിക്കുകയും ആത്മാനിർവൃതി ഉണ്ടാവുകയും ചെയ്യുന്ന നിമിഷം ആയിരിക്കും അത്. അത്തരം ഒരു അനുഭവത്തിൽ നിന്നും പുറത്ത് വന്നതിന്റെ ഭാഗമായാണ് ഈ എഴുത്തിന്റെ പിറവി സംഭവിക്കുന്നത്. ഇതിലൂടെ ഞാൻ ഉദ്ദേശിക്കുന്നത് ഇത്രയേ ഉള്ളു...ജീവിതം ജീവിച്ച് തന്നെ തീർക്കണം അതും നിങ്ങളുടെ ജീവിതത്തിന്റെ റിമോൾട്ട് എപ്പോഴും നിങ്ങളുടെ കൈകളിൽ ഭദ്രമായിരിക്കണം എന്ന് മാത്രം. ചെറുതായാലും വലുതായാലും ലക്ഷ്യങ്ങൾ ഉണ്ടാവുക എന്നത് പ്രധാനമാണ്. ആ സ്വപ്നങ്ങൾക്ക് പിറകെ പോകുമ്പോൾ അവിടെ നല്ലതും ചീത്തയുമായ ഒരുപാട് അനുഭവങ്ങൾ നമുക്ക് ഉണ്ടാവുന്നു. അതിന്റെ ഫലമായി തിരിച്ചറിവും ലഭിക്കും. ഇതിനെയെല്ലാം മനസിലാക്കാനും ഉൾകൊള്ളാനും നാം തയ്യാറാവുമ്പോൾ മുതൽ നമ്മൾ വിജയിച്ചുകൊണ്ടിരിക്കുകയാണ്. എവിടെയോ വായിച്ച വരികളാണ് "പറക്കാൻ ചിറകുകൾ വേണ്ട ഉള്ളിൽ ഒരു ആകാശം മാത്രം മതി ". ഞാൻ എനിക്കുള്ളിൽ ആ ആകാശം കണ്ടെത്തി. ഇത് വായിക്കുന്ന നിങ്ങളിൽ ഒരാളെങ്കിലും നിങ്ങൾക്കുളിലെ ആ ആകാശത്തെ കണ്ടെത്താൻ കഴിഞ്ഞാൽ അതിൽപരം സന്തോഷം എനിക്ക് ഇല്ല.

കടപ്പാട്

ഒരുപാട് അനുഭവങ്ങൾ തന്ന് ഈ ബുക്ക് എഴുതാൻ എന്നെ പ്രാപ്തരാക്കിയ എല്ലാവർക്കും നന്ദി...

1

ആഴം

ആഴം

നമ്മുടെ ജീവിതം മഴവില്ലിനോട് ഉപമിച്ച് നോക്കു,കാരണം.. ചില കാര്യങ്ങൾ മഴവില്ലുപോലെ ആയിരിക്കും നമ്മളിലേക്ക് എത്തുന്നത്.ഒരുപാട് കളർഫുൾ ആയി വന്ന് ഒരു വാക്ക് പോലും പറയാതെ എന്തിന് ഒരു യാത്രചോദിക്കൽ പോലും ഇല്ലാതെ ജീവിതത്തിൽ നിന്നും ഇറങ്ങി പോവും. ചിലർക്കെങ്കിലും നഷ്ടങ്ങളുടെ കണക്ക് വളരെ വലുതായിരിക്കും. ആഗ്രഹിക്കുന്നതും ഇഷ്ടമുള്ളതുമായ കാര്യങ്ങൾ ആയിരിക്കില്ല ജീവിതത്തിൽ സംഭവിക്കുന്നത്. ചിലർക്ക് ആഗ്രഹങ്ങൾ മാത്രമാണ് അവരെ മുന്നോട്ട് ജീവിക്കാൻ സഹായിക്കുന്ന ഘടകം. ഇനി ഇപ്പോൾ ഈ ആഗ്രഹങ്ങൾ എല്ലാം സാധിക്കുമോ എന്ന് ചോദിച്ചാൽ ഒരു വലിയ 'No' ആയിരിക്കും ഉത്തരം. അത് ഇങ്ങനെ തെളിഞ്ഞു നിൽക്കുമ്പോൾ നമ്മൾ നോക്കി നിൽക്കും ഒന്ന് കണ്ണ് ചിമ്മിതുറക്കുമ്പോഴേക്കും നമുക്ക് ഒരിക്കലും എത്തിപ്പിടിക്കാൻ കഴിയാത്ത ദൂരേക്ക് അത് പോയി കാണും. ഇത് ബന്ധങ്ങളിലും, ചെയ്യുന്ന ജോലിയിലും പഠിക്കാൻ ആഗ്രഹിച്ച വിഷയത്തിലും, അങ്ങനെ ഒരു മനുഷ്യന് എന്തൊക്കെ ആഗ്രഹങ്ങൾ ഉണ്ടാവുമോ അതിലെല്ലാം ഏതാണ്ട് ഈ മഴവില്ലിന്റെ മിന്നിമറയൽ ഉണ്ടായിട്ടുണ്ടാവാം.ചില നഷ്ട്ടങ്ങൾ കരഞ്ഞുതീർക്കും, ചിലതിൽ നിന്നും മനഃപൂർവം ഓടി ഒളിക്കാൻ നോക്കും. അങ്ങനെ ഓരോന്ന് ഒക്കെ ചെയ്ത് നമ്മൾ ആ സാഹചര്യങ്ങളെ ഒക്കെ അതിജീവിക്കാൻ

ശ്രമിക്കാറുണ്ട്. എനിക്ക് തോന്നുന്നു പലരും വിജയിച്ച ഒരു മേഖല അതായിരിക്കും അതിജീവനം. എനിക്ക് ഇത് പറയാൻ തോന്നിയത് ഇത് വായിക്കുന്ന നിങ്ങളിൽ ചിലർക്കെങ്കിലും ഇത്തരം സാഹചര്യങ്ങൾ ഉണ്ടായിട്ടുണ്ടാവാം....ചിലർ അതിൽ നിന്നും പുറത്ത് വരാൻ കഴിയാതെ ശ്വാസംമുട്ടി കഴിയുന്നുണ്ടാവും ഈ എഴുത്ത് അങ്ങനെ ഉള്ളവർക്ക് വേണ്ടിയാണ്. ആ ശ്വാസംമുട്ടലിനോട് എന്നേക്കുമായി നമുക്ക് വിടപറയണം. ഇല്ലെങ്കിൽ നിങ്ങളുടെ ജീവിതത്തിന് ഒരിക്കലും ജീവൻ ഉണ്ടാവില്ല ഒരു യന്ത്രം പോലെ മറ്റൊരാൾ ചെയ്തുവയ്ക്കുന്ന പ്രോഗ്രാമിന് അനുസരിച്ച് പ്രവർത്തിക്കേണ്ടി വരും. ആ 'മറ്റൊരാളെ ' മാറ്റി നിർത്തി നമ്മുടെ പ്രോഗ്രാം നമുക്ക് തന്നെ ഡിസൈൻ ചെയ്ത് തുടങ്ങാം. ഇത് ഒരു മോട്ടിവേഷൻ ബുക്ക് ആണ്. പറയുന്ന അത്ര സുഖം അല്ല ഈ മാറ്റം ഉണ്ടാക്കൽ എന്ന് അറിയാം. പലപ്പോഴും ഇഷ്ടമില്ലാത്ത ജീവിതം ജീവിക്കേണ്ടി വന്നത് കൊണ്ടും, ചില നഷ്ടപ്പെടലുകൾ സംഭവിക്കുമ്പോഴും, തോന്നിയിട്ടുണ്ട് നമ്മുടെ പല പ്രശ്നങ്ങൾക്കും കാരണം.. ആ പ്രശ്നത്തെ നമ്മൾ എങ്ങനെ കൈകാര്യം ചെയ്യുന്നു എന്നതിലാണ്.ഒരുപാട് തെറ്റ്ധാരണകളെ തിരുത്തി ലൈഫ് കുറച്ചൂടെ സമാധാനപരമായിട്ട് മുന്നോട്ടേക്ക് കൊണ്ടുപോകാൻ ഇപ്പോൾ കഴിയുന്നുണ്ട്. ഇൻട്രോവെർട്ട് ആയ ആളുകളുടെ നിശബ്ദതയെ അംഗീകരിക്കാൻ പറ്റാത്ത ഒരു ചുറ്റുപാട് ആയിരിക്കും നമ്മുടേത്. നീ എന്തുകൊണ്ട് സ്റ്റേജിൽ കയറുന്നില്ല, കല്യാണങ്ങൾക്ക് പങ്കെടുക്കുന്നില്ല, ആരോടും സംസാരിക്കുന്നില്ല, ചിരിക്കുന്നില്ല.... ഇത്തരം നൂറു ചോദ്യങ്ങൾക്ക് ഉത്തരം നൽകാൻ കഴിയാതെ വലയുന്ന ഒരാൾ ആണോ നിങ്ങൾ. ശരിക്കും പറഞ്ഞാൽ ഇതിൽ ഒന്നിലും നിങ്ങൾക്ക് ഹാപ്പിനെസ്സ് കണ്ടെത്താൻ കഴിയുന്നുണ്ടാവില്ല.എന്നാൽ ആ നൂറ് ചോദ്യങ്ങളെ പേടിച്ച് പലപ്പോഴും നിങ്ങളുടെ ഇഷ്ടങ്ങൾക്ക് വിപരീതമായി പ്രവർത്തിക്കാറുണ്ടോ. എങ്കിൽ അത് നിങ്ങളുടെ ആത്മവിശ്വാസത്തെ കുറക്കുന്നതിനെ സഹായിക്കു.ഓരോ ദിവസവും നിങ്ങളുടെ മനസിലൂടെ കടന്നു പോകുന്ന വരികൾ ഇതായിരിക്കും.

I am not in a good mood and it is not a good day for me.. I'm so scared..?

എന്നാൽ ഈ പേടിയുടെ കാരണം എന്താണെന്ന് ചോദിച്ചാൽ അത് പറയാൻ നിങ്ങൾക്ക് അറിയില്ലായിരിക്കും.ആ സമയങ്ങളിൽ പലരുടെയും മോട്ടിവേഷൻ കിട്ടും.പക്ഷെ പൂർണമായും നിങ്ങളിലെ ആ പേടിയെ എടുത്ത് കളയുന്നത് നിങ്ങൾക്ക് കിട്ടിയിട്ടുള്ള എക്സ്പ്ലോഷറുകളെ അനലൈസ് ചെയ്ത് അതിലെ തെറ്റുകളെ അംഗീകരിക്കാനും തിരുത്താനും തുടങ്ങുപ്പോഴാണ്.

There are lot of people who could find happiness in a relationship or marriage. There is nothing wrong with that...അതുപോലെ തന്നെ ഇതിൽ നിന്നും ഹാപ്പിനെസ്സ് കിട്ടാത്തവരും ഉണ്ടാവും. ഇവരെ പോലെ തന്നെയാണ് അവരും. അത് അംഗീകരിക്കാൻ പലർക്കും ബുദ്ധിമുട്ടാണ് എന്ന് മാത്രം. മറ്റുള്ളവരുടെ ഇഷ്ടങ്ങൾക്ക് ഒത്ത് അഭിനയിക്കുന്നത് നിർത്തി സ്വന്തം ഇഷ്ടങ്ങൾക്ക് കുറച്ചൂടെ പ്രാധാന്യം നൽകിയാൽ ചിലപ്പോൾ കുറെയൊക്കെ ഇത്തരം mood swings സിനെ മാറ്റിയെടുക്കാൻ സാധിച്ചേക്കും.

Happiness is being yourself..., I'm a social introvert. But I never regretted that. Because I knew that's my personality.

Social introvert എന്ന് പറയാൻ കാരണം സോഷ്യലി ഇൻവോൾവ് ആവുന്നതിനു പേടിയില്ല. എന്നാൽ കുറച്ച് സമയം മാത്രമേ ഇൻവോൾവ് ചെയ്യാൻ പറ്റുള്ളു ‘ me time ’ അത് ചിലർക്ക് വളരെ പ്രധാനം ആണ്. ചില സമയങ്ങളിൽ they don't really like to outing with friends, family etc...

പലപ്പോഴും ‘no’ പറയേണ്ടി വന്നിട്ടുണ്ട്. അപ്പോഴൊക്കെ നിർബന്ധിച്ചു വിളിക്കുന്നത് കേൾക്കാറുണ്ടാവും. അതിനർത്ഥം നമ്മുടെ ഇമോഷൻസിനെ അത്രക്കും അവർ മനസിലാക്കുന്നില്ല എന്നല്ലേ. അതുകൊണ്ടാണ് മറ്റൊരു വ്യക്തിയുടെ വ്യക്തിത്വത്തെ ബഹുമാനിക്കണം എന്ന് പറയുന്നത്. മറ്റുള്ളവർക്ക് നമ്മുടെ ഇമോഷൻസ് പറഞ്ഞു മനസിലാക്കുന്നതിലും നല്ലത് നിങ്ങൾ നിങ്ങളുടെ മനസിനെ സ്വതന്ത്രമായി വിടുകയാണ് എന്ന് തോന്നുന്നത്തോടെ you feel better..because the amount of happiness that you have depends on the amount of freedom you have in your heart. ഈ പറയുന്നതൊന്നും എല്ലാവർക്കും കണക്റ്റ് ചെയ്യാൻ കഴിയില്ലായിരിക്കും. കാരണം ഓരോ സാഹചര്യങ്ങളെയും

അനുഭവങ്ങളെയും ആളുകൾ നോക്കികാണുന്ന രീതി വ്യത്യസ്തമായിരിക്കും. ചിലർക്ക് പല പ്രശ്നങ്ങളും ഒരു പ്രശ്നമേ ആയിരിക്കില്ല. ചിലർ ചെറിയ കാര്യങ്ങൾക്കു പോലും പെട്ടന്ന് ഇമോഷണൽ ആവും. അങ്ങനെ ആളുകളും അവർ വളർന്നു വന്ന സാഹചര്യവും എല്ലാം ഒരാളുടെ സ്വഭാവരൂപീകരണത്തിന് വലിയ ഒരു പങ്ക് വഹിക്കുന്നുണ്ട്. അതുപോലെ എന്റെ കാഴ്ച്ചപാടിൽ തോന്നിയ ഒരു കാര്യമാണ്. ഓരോ ജൻഡറിലേക്ക് പോകുമ്പോഴും ഇമോഷൻസിനെ കൈകാര്യം ചെയ്യുന്ന കാര്യത്തിൽ മാറ്റങ്ങൾ ഉണ്ട്. പുരുഷന്മാർക്ക് സ്ത്രീകളെക്കാൾ ഇമോഷൻസ് പുറമെ കാണിക്കുന്ന കാര്യത്തിൽ കുറവുണ്ടെന്ന് തോന്നിയിട്ടുണ്ട്. അല്ലെങ്കിൽ ഇമോഷണൽ സൈഡിൽ നിന്ന് ചിന്തിക്കാതെ പ്രാക്ടിക്കൽ ആയിട്ടുള്ള കാര്യങ്ങൾക്ക് മുൻഗണന കൊടുക്കുന്നു. എല്ലാവരും ഇങ്ങനെ ആണെന്ന് അല്ല..ഭൂരിപക്ഷം ആളുകളും ചിലപ്പോൾ ഇതുപോലെയാകാം

അങ്ങനെ വ്യക്തിയുടെ സ്വഭാവം നിർണ്ണയിക്കുന്ന ഘടകങ്ങൾ ഏറെയാണ് നമുക്ക് നമ്മളിൽ തന്നെ വിശ്വാസം ഉണ്ടാക്കാനും, തെറ്റുകൾ പറ്റിയിട്ടുണ്ടെങ്കിൽ അത് അംഗീകരിക്കാനും തിരുത്താനും ശ്രമിച്ചുതുടങ്ങുന്നിടത്ത് മാറ്റങ്ങൾ വന്നു തുടങ്ങും. എല്ലാം ഒരു ദിവസം കൊണ്ട് മാറികിട്ടും എന്നല്ല.. എല്ലാത്തിനും സമയം എടുക്കും. എന്നാലും തീർച്ചയായും നല്ല മാറ്റങ്ങൾ നമുക്ക് പ്രതീക്ഷിക്കാം. ജീവിതത്തിൽ വഴി തിരിവുകൾ എപ്പോഴും നല്ലതിനാണ്. ഓരോ അനുഭവങ്ങളും നിങ്ങളെ മുന്നോട്ട് പോകാനുള്ള ശക്തിയായി ഉപയോഗിക്കുക എല്ലാം ശരിയാകും.

2

സ്വാതന്ത്ര്യം

സ്വാതന്ത്ര്യം

Man has born free, yet everywhere he is in chains

നമ്മുടെ ചിന്തകളെയും കാലുകളെയും ചങ്ങലക്ക് ഇടാൻ ശ്രമിക്കുന്നവരാവും നമ്മൾ സ്വന്തം എന്ന് കരുതുന്ന പലരും. ആ ചങ്ങല അഴിച്ച് പുറത്തു കളയുന്നത് അത്ര എളുപ്പമായിരിക്കില്ല. കാരണം നമ്മൾ ബന്ധിക്കപ്പെട്ടിരിക്കുവാണെന്ന തിരിച്ചറിവ് ഉണ്ടാവാൻ പോലും ചിലപ്പോൾ ഒരുപാട് വൈകി എന്നിരിക്കും....

ദേ ഇപ്പോൾ ഇത് വായിച്ചുകൊണ്ടിരിക്കുന്ന നിങ്ങളും എന്തെങ്കിലും ബന്ധനങ്ങളിലൂടെ കടന്നുപോകുന്നവരായിരിക്കില്ലേ?

സ്വപ്നം കണ്ടത് നേടാൻ കഴിയാതെ ഞാൻ ഒന്നുമല്ലെന്ന് വിധിയെഴുതും മുന്നേ നിങ്ങൾ ചെയ്തു തുടങ്ങേണ്ടുന്ന ഒരു കാര്യം ഉണ്ട് സെൽഫ് ലൗ. നിങ്ങൾ നിങ്ങളിലേക്ക് ഇറങ്ങിചെല്ലുന്ന നിമിഷം. സ്വയം സ്നേഹിച്ച് തുടങ്ങുമ്പോൾ നമ്മളെ മുന്നോട്ട് നയിക്കാൻ കഴിയാത്ത ആ ചങ്ങലകൂട്ടത്തെ നമുക്ക് എളുപ്പത്തിൽ കണ്ടെത്താൻ സാധിക്കും. നമുക്ക് ഏറ്റവും കൂടുതൽ ഇഷ്ട്ടമുള്ള...എന്നും നമ്മുടെ കൂടെ വേണം എന്ന് ആഗ്രഹിക്കുന്ന ഒരു കാര്യത്തെ വേറെ ആരെങ്കിലും വിഷമിപ്പിക്കുന്നത് നമുക്ക് ഒരിക്കലും സഹിക്കാൻ കഴിയില്ല. ഇവിടെ ആ പ്രിയപ്പെട്ട കാര്യം നിങ്ങൾ തന്നെ ആണ്. നിങ്ങളെ പറന്നുയരാൻ സാധിക്കാത്ത ആ ബന്ധനത്തിൽ നിന്നൊക്കെ

രക്ഷപെടാനുള്ള വിവേകം ആ സമയം മുതൽ നിങ്ങൾക്കുണ്ടായി തുടങ്ങും. പറയുന്ന അത്ര എളുപ്പമല്ല ഈ സെൽഫ് ലൗ ഉണ്ടാക്കിയെടുക്കുന്നത്. അത് ഉണ്ടാക്കി എടുക്കാൻ ഒരുപാട് അനുഭവങ്ങളിലൂടെ കടന്നുപോവുകയും അതിനെ അവലോകനം ചെയ്യേണ്ടി വരുകയും ഒക്കെ വേണ്ടിവരും. പലപ്പോഴും മറ്റുള്ളവരുടെ വിലയിരുത്തലുകളിൽ മികച്ചതാവാൻ വേണ്ടി എല്ലാവരെയും പോലെ അവരുടെ ഇഷ്ടത്തിന് മാറാൻ ശ്രമിച്ചുകൊണ്ടിരിക്കുന്ന ആ നിങ്ങളെ ഒന്ന് ശ്രദ്ധിച്ചു നോക്കു . ജീവിതത്തിന്റെ ഒരു ഘട്ടത്തിൽ എത്തുമ്പോൾ ഈ ചെയ്യുന്നതിൽ നിങ്ങൾ ഹാപ്പി ആണോ എന്ന ചോദ്യം തുടർച്ചയായി ചോദിക്കേണ്ടി വരും . അവിടെ നിന്നും ആണ് നിങ്ങൾക്ക് മാറ്റങ്ങൾ സംഭവിച്ചു തുടങ്ങുന്നത് . പിന്നീട് മറ്റുള്ളവരുടെ ചോദ്യവും, പറച്ചിലും, അഭിപ്രായങ്ങളും എന്നതിനേക്കാൾ നിങ്ങൾക്ക് ആവശ്യമുള്ളത് മാത്രം സ്വീകരിക്കാൻ ബോധപൂർവം ശ്രമിക്കാൻ തുടങ്ങും . തീരുമാനങ്ങളിൽ, വസ്ത്രങ്ങളിൽ,നിലപാടുകളിൽ തുടങ്ങി എല്ലാത്തിലും ആ മാറ്റങ്ങൾ കണ്ടുതുടങ്ങുമ്പോൾ ആത്മവിശ്വാസവും ധൈര്യവും നിങ്ങൾക്ക് അനുഭവപ്പെടാൻ തുടങ്ങും. അപ്പോൾ മുതൽ നിങ്ങൾ ലോകത്തെ ഏറ്റവും ഭംഗിയുള്ളവരായി തീരുന്നു. നിങ്ങളുടെ സ്വപ്നങ്ങൾക്ക് പരിധിയില്ലാത്ത പോലെ അത് എത്തിപ്പിടിക്കാനുള്ള നിങ്ങളുടെ സാധ്യതകൾക്കും പരിധിയില്ല. അതിന് ആദ്യം വേണ്ടത് നമ്മൾ നമ്മളെ തന്നെ വിശ്വസിക്കുക എന്നതാണ്. നിങ്ങളുടെ നാട്, വീട്, നിറം, ഭാഷ, സാമ്പത്തികം, സാഹചര്യം, ഇതൊക്കെ ഏതുമാകട്ടെ ജീവിതത്തിൽ വലിയ സ്വപ്നങ്ങൾ കാണാനുള്ള അവകാശവും അത് നേടാനുള്ള അർഹതയും നിങ്ങൾക്ക് എപ്പോഴും ഉണ്ട്

Work hard one day the world Will with you...വേറൊരാളുടെ താല്പര്യങ്ങളെയും അഭിപ്രായങ്ങളെയും അപമാനിക്കുന്നവരാവും ചിലപ്പോൾ നമുക്ക് ചുറ്റും ഉള്ളവർ. അത്തരക്കാരെ തിരിച്ചറിയുകയും അവരുമായി കുറച്ച് അകലം പാലിക്കുകയുമാണ് നമ്മൾ ആദ്യം ചെയ്യേണ്ടത്.

നമ്മുടെ കൂടെയുള്ള ഓരോരുത്തരും ഓരോ വ്യക്തികൾ ആണ്. അവർക്ക് അവരുടേതായ താല്പര്യങ്ങളും അനുഭവങ്ങളും അഭിപ്രായവും ഒക്കെ ഉണ്ടാവും. അതിനെ അപമാനിക്കാതിരിക്കാനുള്ള തിരിച്ചറിവ് സ്വയം ഉണ്ടാക്കിയെടുക്കുക. നമുക്ക് ഒരുപാട് സമയം

ഉണ്ടാവുമ്പോഴാണ് ഇതുപോലെ ഗോസിപ്പ് കൂട്ടത്തിലേക്ക് പോകാൻ തോന്നുന്നത്. അതുകൊണ്ട് തന്നെ ജീവിതം മുന്നോട്ട് പോവുന്നതനുസരിച്ച് ചെറിയ കൗണ്ട് ഡൗൺ പ്ലാൻസ് തയ്യാറാക്കി അതിനുപുറകെ പോവുമ്പോൾ ഇത്തരം പ്രശ്നങ്ങൾ പതിയെ കുറഞ്ഞു വരും. ഒരുപക്ഷെ നിങ്ങൾക്ക് എന്തൊക്ക ചെയ്യാൻ കഴിയുമെന്ന്, നിങ്ങളിനിയും മനസിലാക്കിയിട്ടുണ്ടാവില്ല. ഇത്തരം ചെറിയ കൗണ്ട് ഡൗൺ പ്ലാനിങ്ങിലൂടെ ചിലപ്പോൾ നിങ്ങളുടെ ഏറ്റവും ബെസ്റ്റ് പാർട്ട് തന്നെ കണ്ടെത്താൻ കഴിയും. അതുവഴി ഇപ്പോൾ കടന്നു പോകുന്ന വേദന ഒന്നുമല്ലാതാവുകയും പുതിയ പ്രതീക്ഷകൾ നിങ്ങളുടെ ജീവിതത്തെ തഴുകുകയും ചെയ്യുന്നു. നിങ്ങൾ നിങ്ങൾക്ക് തന്നെ ഒരു അമ്മയാവുക.

3
പരിശ്രമം

പരിശ്രമം

Hard Work vs smartwork

ഞാൻ വിചാരിച്ചു വച്ചിരുന്നത് ഭിന്നശേഷിക്കാർക്ക് എന്തോ ഒരു പ്രത്യേക കഴിവ് ഉണ്ട് എന്നാണ്. പിന്നീട് എനിക്ക് മനസിലായി അവരുടെ ഹാർഡ് വർക്ക് ആണു അവരുടെ പ്രത്യേക കഴിവ്. യഥാർത്ഥത്തിൽ മറ്റുള്ളവർക്ക് ഉള്ളതിനേക്കാൾ ഒരു കഴിവ് കുറവാണ് അവർക്ക് ഉള്ളത്. അതുകൊണ്ട് തന്നെ അവരുടെ എന്തെങ്കിലും ഒരു കഴിവിനെ വികസിപ്പിച്ച് എടുക്കാൻ വേണ്ടി അവർക്ക് നിരന്തരമായി പ്രയത്നിക്കേണ്ടി വരുന്നു. ആ പ്രയത്നമാണ് അവരുടെ പ്രത്യേക കഴിവ്. ഉദാഹരണത്തിന് കാഴ്ച്ച ശക്തി കുറവ് ഉള്ള ഒരാൾക്ക് അത് നികത്തുവാൻ വേണ്ടി തന്റെ മറ്റുള്ള സ്വാഭാവിക കഴിവുകളെ ഇരട്ടി ഉപയോഗപ്പെടുത്തേണ്ടതായി വരും. അവിടെ ഹാർഡ് വർക്ക് ഒരുപാട് ചെയ്യേണ്ടി വരുന്നു. ജീവിതത്തിൽ എന്തൊക്കെ നഷ്ട്ടപെടുന്നുണ്ടോ അതുപോലെ ഒരുപാട് നേട്ടങ്ങളും നമ്മളിലേക്ക് വരുന്നുണ്ട് എന്നാൽ ആരും അത് കാണാൻ ശ്രമിക്കാറില്ല. തീർച്ചയായും നമ്മുടെ തോൽവികളെ നമ്മൾ വിശദമായി പഠിക്കേണ്ടത് അത്യാവശ്യമാണ്, എന്തെന്നാൽ എവിടെയാണ് വീഴ്ച്ചപറ്റിയത് എന്ന് അറിയാൻ ഈ പരിശോധന ഒരുപാട് സഹായിക്കും. മറ്റുള്ളവരുടെ വിജയപരാജയ

കഥകളുമായി നിങ്ങളുടെ ജീവിതത്തെ താരതമ്യം ചെയ്യാതെയിരിക്കുക. കാരണം അത് അവരുടെ ജീവിതമാണ് ഒരിക്കലും നിങ്ങൾക്ക് ഉണ്ടായ അനുഭവങ്ങൾ ആയിരിക്കില്ല അവരുടേത് ഇനി അനുഭവങ്ങൾ ഏകദേശം ഒരുപോലെ വന്നാലും,

ആ എക്സ്പീരിയൻസിന് അയാൾ കൊടുത്ത ആറ്റിട്യൂഡിൽ വ്യത്യാസം ഉണ്ടാവും. ഒരു വിജയമോ പരാജയമോ സംഭവിച്ച് കഴിഞ്ഞാൽ അതിനെ നമ്മൾ എങ്ങനെ നോക്കിക്കാണുന്നു എന്നത് ഒരുപാട് പ്രാധാന്യം അർഹിക്കുന്ന കാര്യമാണ്. ഓവർ റിയാക്റ്റ് ചെയ്ത് പ്രശ്നം കൂടുതൽ വഷളാക്കുന്നതിലും എത്രയോ നല്ലതല്ലേ. നിങ്ങൾക്ക് ശാന്തമായി ചിന്തിക്കാൻ പറ്റുന്ന സമയത്ത് തീരുമാനം എടുക്കുന്നത്. ഇനി പെട്ടൊന്ന് ഒരു തീരുമാനം എടുത്തു എന്നിരിക്കട്ടെ, കുറച്ച് കാലം കഴിഞ്ഞപ്പോൾ നിങ്ങൾ എടുത്ത തീരുമാനം നല്ലതായിരുന്നില്ല എന്ന് മനസിലായി ആ സമയം നിങ്ങൾ എങ്ങനെയായിരിക്കും അതിനോട് പ്രതികരിക്കാൻ പോകുന്നത്?

പലരും പല രീതിയിലായിരിക്കും, എന്നാൽ മിക്ക ആളുകൾക്കും പിന്നീട് വരാൻ പോകുന്ന ഒരു കാര്യം ഉണ്ട് നഷ്ടബോധം "അന്ന് അവിടെ 'നോ ' പറഞ്ഞിരുന്നെങ്കിൽ എനിക്ക് ഈ വിധി ഉണ്ടാവുമായിരുന്നോ.. ഇതുപോലെയൊക്കെ സ്വഭാവികമായും നാം ചിന്തിച്ച് പോവും. കാരണം നമ്മൾ മനുഷ്യരാണ്. ടൈം ട്രാവൽ ചെയ്ത് വന്നിട്ടല്ല നമ്മൾ നമുക്ക് വേണ്ടി ഓരോ തീരുമാനങ്ങൾ എടുക്കുന്നത് പലതും അപ്പോഴത്തെ സാഹചര്യം ആവശ്യപ്പെടുന്നതും, നമുക്ക് വേണ്ടപ്പെട്ടവർ പറയുന്നതും ഒക്കെ ആയിരിക്കും. അതുകൊണ്ട് തന്നെ സംഭവിച്ച കാര്യങ്ങളെ ഓർത്ത് വിഷമിച്ച് നടന്നിട്ട് ഒരു കാര്യവും ഇല്ല. ധൈര്യപൂർവം മുന്നോട്ട് പോവുക. ഓരോ അനുഭവങ്ങളിൽ നിന്നും നമുക്ക് ഒരുപാട് കാര്യങ്ങൾ കറക്റ്റ് ചെയ്യാൻ ഉണ്ട് അവയെ എല്ലാം ഉൾകൊള്ളാനും നിരാകരിക്കാനും ഉള്ള വിവേകം നമ്മുടെ മനസ്സിന് അത്യാവശ്യം ആണ്. അത് ഉണ്ടാക്കിഎടുക്കേണ്ടത് നമ്മുടെ കർമ്മവുമാണ്.

വിജയിച്ചവരുടെ വിജയരഹസ്യം മാത്രം പഠിച്ചിരുന്നാൽ ചിലപ്പോൾ തോൽവികളെ നേരിടാനും നഷ്ടമായതിനെ അംഗീകരിക്കാനും ഉള്ള വിവേകം ഉണ്ടായി എന്ന് വരില്ല. തോറ്റവരുടെ തോൽവി രഹസ്യങ്ങളും

പാഠം ഉൾകൊള്ളാൻ കണക്കിൽ എടുക്കണം. ജീവിതം ഒരു ചതുരംഗം കളിപോലെയാണ് ഓരോ നീക്കവും ഫലത്തെ സ്വാധീനിക്കും. എന്നാൽ അതിലും വളരെ സങ്കീർണമാണ് ജീവിതം. ചതുരംഗകളത്തിൽ നമ്മുടെയും എതിരാളിയുടെയും ചിന്തകൾ മാത്രമാണ് വരുന്നത് എങ്കിൽ ജീവിതത്തിൽ ഒരുപാട് കാര്യങ്ങൾ വരുന്നു. അത്തരം സാഹചര്യങ്ങളെ എല്ലാം എതിരിടേണ്ടി വരുന്നത് തീർച്ചയായും പ്രയാസകരമാണ്. അപ്പോൾ തെറ്റുകൾ പറ്റാം കുറവുകൾ ഉണ്ടാവാം അവയെല്ലാം ഉണ്ടാവും എന്ന തിരിച്ചറിവും വീണ്ടും ശ്രമം തുടങ്ങാനുള്ള തീരുമാനവും നിങ്ങളുടേത് മാത്രമാവുന്നു. ആ സാഹചര്യത്തിൽ വെറുതെ ഇരുന്ന് സമയം കളയുന്നത് ശരിയാണോ?

മോട്ടിവേഷൻ ക്ലാസുകൾ ഇൻസ്റ്റന്റ് ആയി കുറച്ച് ആത്മവിശ്വാസവും, ശുഭാപ്തിവിശ്വാസവും തരുമെങ്കിലും ആത്യന്തികമായി നമ്മൾ ശ്രമിച്ചാലെ എന്തെങ്കിലും നടക്കൂ. ഈ ഒരു തിരിച്ചറിവ് വളരെ അത്യാവശ്യമാണ്. കുഞ്ഞിലെ ഏറ്റവും കൂടുതൽ കേട്ട മോട്ടിവേഷൻ കഥകളിൽ ഒന്നാണ് എബ്രഹാം ലിങ്കൺ സ്ട്രീറ്റ് ലൈറ്റിന് കീഴിലിരുന്ന് പഠിച്ചതും പ്രസിഡന്റ് ആയതുമൊക്കെ. എനിക്കും ഒരു കാലത്ത് മണ്ണെണ്ണവിളക്കിന് മുന്നിലിരുന്നും മെഴുകുതിരിവെട്ടത്തിലുമൊക്കെ പഠിക്കേണ്ടി വന്നിട്ടുണ്ട്. ഞാൻ എവിടെയും വിലയിരുത്തപ്പെട്ടിട്ടില്ല. കാരണം ഞാൻ ഒരു ആവറേജ് സ്റ്റുഡന്റ് ആയിരുന്നു. സ്ട്രീറ്റ് ലൈറ്റിന് കീഴിലിരുന്ന് പഠിക്കേണ്ടി വന്ന പതിനായിരങ്ങളെ വിലയിരുത്തിയിട്ടില്ല - ചുരുക്കം പറഞ്ഞാൽ എബ്രഹാം ലിങ്കന്റെ ജീവിത വിജയത്തിന്റെ മറ്റ് പ്രധാന കാരണങ്ങളെ മാറ്റി നിർത്തി സ്ട്രീറ്റ് ലൈറ്റിലേക്ക് മാത്രം കേന്ദ്രീകരിക്കുന്നത് തെറ്റായ നിഗമനമാണ്.പണ്ടത്തെ പാട്ടിന് ഇന്നത്തേക്കാൾ ഭംഗി ഉണ്ടായിരുന്നു. പണ്ടത്തെ സിനിമകൾ ഒന്ന് നോക്കിയേ എന്ത് മനോഹരമാണ്. ഇങ്ങനെ കഴിഞ്ഞു പോയതിനെക്കുറിച്ച് മാത്രം നല്ലത് പറയുന്ന ഒരുകൂട്ടം ആളുകളെ ഓരോ ദിവസവും കാണാറുണ്ട്. പണ്ട് ആണേലും ഇന്നുള്ളതാണേലും നല്ലതാണെങ്കിൽ അതിന് ഏത് കാലത്തും നിലനിൽപ്പുണ്ട്. ഇത് ഒരു തിരിച്ചറിവ് ആണ്. എപ്പോഴും കഴിഞ്ഞ് പോയ കാര്യത്തെക്കുറിച്ച് മാത്രം ചിന്തിച്ചോണ്ടിരിക്കാതെ ഇനിയും ഒരുപാട് ചെയ്യാനുണ്ട് എന്ന് ഒന്ന് ചിന്തിച്ചുനോക്കൂ. പതിയെ ആണെങ്കിലും എല്ലാം ശരിയായി വരും. ഒരു കാര്യം ചെയ്യാൻ വേണ്ടി

ഇറങ്ങി തിരിക്കുമ്പോൾ നമുക്ക് വേണ്ടത് ക്ഷമയാണ്...ഈ വാക്കിൽ മറ്റെല്ലാം അടങ്ങിയിട്ടുണ്ട്.

4

തോൽവി

തോൽവി

Is your mindset hurting you?

പലപ്പോഴും നമ്മുടെ തോൽവിക്ക് കാരണം നമ്മൾ തന്നെയായിരിക്കും. നിങ്ങൾക്ക് നിങ്ങളെക്കുറിച്ചുള്ള ധാരണകൾ അത് വളരെ പ്രാധാന്യം അർഹിക്കുന്ന ഒന്നാണ്. ഈ ധാരണ പലപ്പോഴും ഉടലെടുക്കുന്നത് മറ്റുള്ളവർക്ക് നിങ്ങളെക്കുറിച്ചുള്ള അഭിപ്രായങ്ങളിലൂടെയായിരിക്കും. പത്ത് പ്രാവശ്യം ഒരു നുണ പറഞ്ഞാൽ അത് സത്യമായി വിശ്വസിക്കുന്നത് പോലെയാണ്, ഒരാൾ നിങ്ങളെക്കുറിച്ച് ആത്മവിശ്വാസത്തെ തകർക്കുന്ന തരത്തിൽ എന്തെങ്കിലും പറഞ്ഞാൽ പിന്നെ അത് മാത്രമായിരിക്കും നിങ്ങളുടെ ചിന്ത.. അതോടെ നിങ്ങൾ പോലും അറിയാതെ ആ വാക്കുകൾ പതിയെ സത്യമാവാൻ തുടങ്ങും നമുക്ക് അമ്പത് വയസായാലും പത്ത് വയസിൽ കേട്ട ആ കാര്യം നമ്മളെ വേദനിപ്പിക്കുന്നുണ്ടാവും. ഇതുപോലെ ഉള്ള വാക്കുകൾ കേട്ട് ഒതുങ്ങിയിരിക്കുന്നവർ തിരിച്ചറിയേണ്ട ഒന്നുണ്ട്. നിങ്ങളുടെ ജീവിതവും, സന്തോഷവും, ആഗ്രഹങ്ങളും ഒന്നും മറ്റൊരാളുടെ അഭിപ്രായത്തിന് വിട്ട് കൊടുക്കാൻ ഉള്ളത് അല്ല. അതിന്റെ പരിധി നിശ്ചയിക്കേണ്ടത് നിങ്ങൾ തന്നെയാണ്. ആ പരിധി നിശ്ചയിക്കുന്നത് അത്ര എളുപ്പം ആയിരിക്കില്ല.. എടുക്കുന്ന ഓരോ തീരുമാനങ്ങളെയും കീറി മുറിച്ച് അവലോകനം ചെയ്യാൻ

ആയിരം പേർ ഉണ്ടാവും. അവരെ എല്ലാം മറികടന്ന് വേണം നിങ്ങൾക്ക് ലക്ഷ്യത്തിൽ എത്തിച്ചേരാൻ. മാത്രമല്ല നമ്മുടെ ഒക്കെ ഒരു കുഴപ്പം ഉണ്ട് നമ്മളെ താങ്ങിനിർത്താൻ ഒരാൾ ഉണ്ടെങ്കിൽ മാത്രമേ ജീവിതം മുന്നോട്ട് പോവൂ എന്ന്. അങ്ങനെ താങ്ങാൻ ആളില്ലാത്തതിന്റെ പേരിൽ മാറ്റി നിർത്തപ്പെട്ട എന്തെങ്കിലും ആഗ്രഹം നിങ്ങൾക്ക് ഉണ്ടോ...? ഉണ്ട് എന്നാണ് ഉത്തരം എങ്കിൽ തീർച്ചയായും നിങ്ങളുടെ പരാജയങ്ങൾക്ക് എല്ലാം കാരണം നിങ്ങൾ തന്നെയാണ്. പൂർണമായും നമ്മുടെ സ്വപ്നങ്ങൾ നേടിയെടുക്കാൻ പ്രയത്നിച്ച് കൊണ്ടിരിക്കുക. ചിലപ്പോൾ അത് നേടിയെടുക്കാൻ ഒരുപാട് സമയം എടുത്ത് എന്നിരിക്കും. ആ സമയങ്ങളിൽ സ്വാഭാവികമായും നമുക്ക് മാനസിക ബുദ്ധിമുട്ടുകൾ നേരിടാം. അപ്പോഴൊക്കെ നിങ്ങൾ തന്നെ നിങ്ങളുടെ രക്ഷിതാവ് ആകുന്നത് നന്നായിരിക്കും. മറ്റൊരാൾ കൂടെ ഉണ്ടാവും എന്ന ചിന്തചിലപ്പോൾ നമുക്ക് നന്മയെക്കാൾ ഏറെ ദോഷം ചെയ്തേക്കാം. മനുഷ്യരെ ബന്ധങ്ങൾക്കും അപ്പുറം ഓരോ വ്യക്തിയായി കാണാൻ ശ്രമിക്കുമ്പോൾ ബന്ധങ്ങൾ ഒരിക്കലും ബന്ധനം ആയി തോന്നില്ല. ആരുമായി വൈകാരികമായി അടുക്കാതെ നോക്കുക. ആരും നമ്മുടെ ജീവിതത്തിലേക്ക് കടന്നു വരുന്നത് ഒരു പരിഹാരവും കൊണ്ട് ആയിരിക്കില്ല. ഒരാൾ ഒരിക്കലും മറ്റൊരാൾക്ക് ഒരു പരിഹാരം ആവില്ല. പകരം നമുക്ക് ചെയ്യാനുള്ള കാര്യത്തിൽ സപ്പോർട്ട് ആവാൻ മാത്രമേ പറ്റുള്ളൂ എന്ന ബോധം നമുക്ക് ഉണ്ടാവുമ്പോൾ ബന്ധങ്ങളിൽ അനാവശ്യമായി കടന്നുവരുന്ന പ്രശ്നങ്ങൾ ഇല്ലാതാക്കാൻ സാധിക്കും. എല്ലാവരും മനുഷ്യരാണ് ഓരോ തരത്തിലുള്ള വ്യക്തികളാണ് കുറ്റങ്ങളും കുറവുകളും അഭിപ്രായവ്യത്യാസങ്ങളും പരസ്പരം പറഞ്ഞു തിരുത്തി മാറ്റാൻ ശ്രമിക്കാം. ഇത് പറയാൻ കാരണം ബന്ധങ്ങളിൽ വരുന്ന സ്വരച്ചേർച്ചകൾ നമ്മുടെ ആത്മവിശ്വാസത്തെ സാരമായി ബാധിക്കാം. നമ്മളിൽ എന്തോ കുറവുള്ളത് കൊണ്ടാണ് ആ വ്യക്തി നമ്മളെ ഒഴിവാക്കുന്നത് എന്ന തോന്നൽ വന്നേക്കാം. ഇത്തരം പ്രശ്നങ്ങൾ കൊണ്ട് അവർക്ക് വേണ്ടി നമ്മളിൽ പലരും നമ്മുടെ സ്വപ്നങ്ങളെ ഉപേക്ഷിക്കാൻ സാധ്യത ഉണ്ട്.

നമ്മൾക്ക് നമ്മളിൽ ഉണ്ടാവേണ്ട വിശ്വാസവും, അർപ്പണബോധവും പലപ്പോഴും നമ്മൾ മറ്റൊരാളിൽ സമർപ്പിക്കും. അവിടെ നിന്നും ചിലർക്കെങ്കിലും വേദന നൽകുന്ന അനുഭവങ്ങൾ വന്നേക്കാം. അന്നേരം എല്ലാം അവസാനിച്ചു എന്ന് വരെ തോന്നും. അപ്പോഴൊക്കെ നമ്മൾ നമുക്ക് ലഭിച്ച ഈ സുന്ദരമായ ജീവനെ വേദനിപ്പിച്ച് കൊണ്ടിരിക്കുകയാണ്. എപ്പോഴും പോസിറ്റീവ് മനോഭാവത്തോട് ഇരിക്കുക എന്ന് പറയുന്നത് അത്ര എളുപ്പം നേടിയെടുക്കാൻ പറ്റുന്ന കാര്യം അല്ല. നമ്മുടെ ആഗ്രഹങ്ങൾ, പ്രതീക്ഷകൾ, ഇതൊക്കെ കൂടുംതോറും പ്രയാസങ്ങൾ ഏറെയാവും. എന്ന് കരുതി ഒരു പ്രതീക്ഷയും ഇല്ലാതെ ജീവിക്കുന്നതും ബുദ്ധിമുട്ടാണ്. അതുകൊണ്ട് തന്നെ നമ്മുടെ ചിന്താഗതിയിൽ മാറ്റങ്ങൾ ഉണ്ടായി തുടങ്ങേണ്ടത് അത്യാവശ്യം ആണ്. മറ്റുള്ളവർ നമ്മളെക്കുറിച്ച് അഭിപ്രായം പറയും അതിൽ നല്ലതും ചീത്തയും എല്ലാം ഉൾപെടും നല്ലത് കേട്ടാൽ മതിമറന്ന് സന്തോഷിക്കാതിരിക്കുക, ചീത്തത് കേട്ടാൽ അതിൽ തിരുത്താൻ വേണ്ടി എന്തെങ്കിലും ഉണ്ടോ എന്ന് ആത്മപരിശോധന നടത്തുക...ഉണ്ടെങ്കിൽ തിരുത്താൻ ശ്രമിക്കാം. ഇല്ലെങ്കിൽ വിട്ട് കളയുക. അതിനും അപ്പുറത്തേക്ക് ആ വാക്കുകളെ കൂടെ കൊണ്ട് നടക്കേണ്ട ആവശ്യം നമുക്ക് ഇല്ല. പലപ്പോഴും ഞാൻ എല്ലാവരിൽ നിന്നും ഒരു അകൽച്ച ബോധപൂർവം എടുക്കാറുണ്ട്. സോഷ്യലി ഇടപഴകുന്നതിനേക്കാൾ എനിക്ക് ഇഷ്ടം "മി ടൈം " ഏറെ എടുക്കാനാണ്. ഈ മനോഭാവവും മനസുമാണ് എന്നെ വ്യത്യസ്തമാക്കുന്നത്. എന്നാൽ എന്റെ ഈ സ്വഭാവം എനിക്ക് മനസമാധാനം തരുന്നുണ്ടെങ്കിലും മറ്റു പലർക്കും ഇത് ഒരു പ്രശ്നം ആയി തോന്നാം..! നിങ്ങളുടെ ലോകങ്ങൾ ഒന്നും എന്റേത് അല്ലെന്ന് അവരോട് പറയണം എന്നുണ്ട്. എന്നാൽ അത് അവരെ പറഞ്ഞ് കൺവിൻസ് ചെയ്യേണ്ട കാര്യം ഉണ്ടോ എന്നൊരു ചോദ്യം ഞാൻ എന്നോട് തന്നെ ചോദിച്ചു " വേണ്ട ' എന്ന് തന്നെയാണ് ഉത്തരം. പിന്നീട് ഇത്തരം വാക്കുകൾ ഞാൻ ശ്രദ്ധിക്കാറില്ല ഇത്തരം സാഹചര്യങ്ങൾ നിങ്ങളിൽ പലരും നേരിട്ടിട്ടുണ്ടാവും. പലരും അതിനെ തരണം ചെയ്തവരും ആവും

നിങ്ങളുടെ വിഷമങ്ങൾ വിശദീകരിച്ച് സമയം പാഴാക്കരുത്. ആളുകൾ അവർ ആഗ്രഹിക്കുന്നത് മാത്രമേ കേൾക്കുകയുള്ളു. നമുക്ക്

കിട്ടിയിട്ടുള്ള ജീവിതത്തിലെ ഓരോ സമയങ്ങളെയും "quality time" ആക്കി മാറ്റാൻ പരിശ്രമിച്ചുകൊണ്ടിരിക്കണം. കല്യാണം, കുട്ടികൾ, ഉത്തരവാദിത്വങ്ങൾ ഇതൊന്നും ജീവിതത്തിൽ ഒരു തടസ്സമല്ലാതാവും ഓരോരുത്തർക്കും വ്യക്തിപരമായ സ്വാതന്ത്ര്യം ലഭിക്കുമ്പോൾ. ഈ വ്യക്തി സ്വാതന്ത്ര്യം ഇല്ലെങ്കിൽ കുടുംബം നോക്കേണ്ടത് ഭർത്താവിന്റെ മാത്രം ഉത്തരവാദിത്വവും, വീട്ടുജോലികൾ ചെയ്യേണ്ടത് ഭാര്യയുടെ മാത്രം ഉത്തരവാദിത്വവും, മാതാപിതാക്കളുടെ ആഗ്രഹങ്ങൾ സാധിപ്പിച്ച് കൊടുക്കേണ്ടത് മക്കളുടെ ഉത്തരവാദിത്വവും ആയി മാറുന്നു. അവിടെ വ്യക്തിതാല്പര്യങ്ങൾക്ക് ഒരു വിലയും ലഭിക്കാതെ പോവുകയാണ്. വ്യക്തിസ്വാതന്ത്ര്യം ലഭിക്കാത്ത ഒരാൾക്കും സ്വാതന്ത്രമായി ചിന്തിക്കാൻ സാധിക്കില്ല. അവർ എങ്ങനെയാണ് സ്വന്തമായി ഒരു തീരുമാനം എടുക്കുക.

ലക്ഷ്യങ്ങൾ എന്ന് പറയുമ്പോൾ വലിയ കാര്യങ്ങൾ എന്നത് മാത്രമല്ല : നല്ല വിദ്യാഭ്യാസം, നല്ല ജോലി, ഇതിനും അപ്പുറത്തേക്ക് ഒരുപാട് കാര്യങ്ങൾ ഉണ്ട് അതിൽ ഏറ്റവും എളുപ്പത്തിൽ നടത്തിയെടുക്കാൻ പറ്റുന്നതും എന്നാൽ ആരും ശ്രദ്ധിക്കാൻ മറന്നുപോവുന്നതുമായ ചെറിയ സന്തോഷങ്ങൾ അധികം വിലകൊടുക്കാതെ നേടിയെടുക്കാൻ പറ്റുന്ന ചെറിയ കാര്യങ്ങൾ മഴനനയുന്നതും, മഴയത്ത് ഡാൻസ് ചെയ്യുന്നതും, കുറച്ച് നേരം എങ്കിലും നിങ്ങളുമായി ഒരു ഡേറ്റിംഗ് നടത്തി നോക്കു. You can see the magic. ഒന്ന് ഓർക്കുക നിങ്ങൾക്ക് അല്ലാതെ മറ്റൊരാൾക്കും നിങ്ങളെ പൂർണമായി അറിയുവാനോ, സന്തോഷിപ്പിക്കുവാനോ, സ്നേഹിക്കുവാനോ കഴിയില്ല. നിങ്ങളുടെ ഉള്ളിൽ നിങ്ങളെക്കുറിച്ചുള്ള തെറ്റായ ധാരണകളെ പൂർണ്ണമായും എടുത്ത് ഒഴിവാക്കി സ്വാതന്ത്ര്യമായി ജീവിക്കാൻ ശ്രമിച്ചുകൊണ്ടിരിക്കുക. മാറ്റങ്ങൾ പെട്ടൊന്ന് സംഭവിച്ചില്ലെങ്കിലും ഒരു ദിവസം എല്ലാം നിങ്ങളുടെ ഇഷ്ടത്തിന് മാറും.ഒറ്റക്ക് ജീവിക്കാൻ താല്പര്യപെടുന്ന ആളുകൾ ആയിരിക്കും മറ്റുള്ളവരുടെ പരിഹാസ വാക്കുകൾക്ക് എപ്പോഴും നിന്നുകൊടുക്കേണ്ടി വന്നിട്ടുണ്ടാവുക. "നീ വീട്ടിൽ പോയിട്ട് എന്ത് ചെയ്യാനാ "ഇത് പരിഹാസം ഏറെ ഉൾകൊള്ളുന്ന ഒരു ചോദ്യം ആണ്. അത് കേൾക്കേണ്ടി വരുന്നത് നമ്മുടെ ഏറ്റവും അടുത്ത

സുഹൃത്തുക്കളിൽ നിന്നോ മറ്റു ബന്ധുക്കളിൽ നിന്നൊക്കെ ആവും. സൗഹൃദങ്ങൾ വ്യക്തിപരമായ വളർച്ചക്ക് നമ്മളെ ഒരുപാട് സഹായിക്കുന്നുണ്ട്.

5

ഊർജം

ഊർജം

Dear self,
I hope you know this
To be loved,
You do not have to be someone else...

ചില ഇഷ്ടങ്ങൾ ആണ് നമ്മളെ മുന്നോട്ടേക്ക് നയിക്കുന്ന ഡ്രൈവിംഗ് ഫോഴ്സ്. ആ ഇഷ്ടം നമുക്ക് ഉണ്ടാവുമ്പോൾ ആത്മസംതൃപ്തിയും, സന്തോഷവും ഒക്കെ അനുഭവപ്പെടും. ഈ ഇഷ്ടത്തിന് വിപരീതമായിമാറുന്നതും സമൂഹത്തിന് ഉപദ്രവം സൃഷ്ടിക്കുന്നതുമായ ഇഷ്ടങ്ങൾ അത് ജാതി, മതം, സമ്പത്ത്, ലിംഗം, നിറം, എന്നതിലെല്ലാം ഉൾപ്പെട്ടിരിക്കുന്നു. താഴ്ന്ന ജാതി, ഉയർന്ന ജാതി, കറുപ്പ്, വെളുപ്പ്, സമ്പന്നൻ, ദാരിദ്രൻ, കുടുംബമഹിമ ഇതെല്ലാം വ്യക്തികളെ വിലയിരുത്താനുള്ള അളവുകോലായി മാറുന്നുണ്ടോ എങ്കിൽ അത് നിങ്ങളുടെ പരാജയം ആണ്. പലപ്പോഴും എന്നെ ആശയകുഴപ്പത്തിൽ എത്തിക്കാറുള്ള ഒരു കാര്യമാണ് സുഹൃത്തുക്കളെ തിരഞ്ഞെടുക്കുന്നതിലും ഏത് തരം ആളുകളുമായി നമുക്ക് നല്ല സൗഹൃദം സൂക്ഷിക്കാൻ പറ്റും എന്നതൊക്കെ. വളരെ ബോധപൂർവം ഇതിനെ നോക്കി കാണുന്നത് കൊണ്ട് തന്നെ എന്റെ സൗഹൃദവലയം വളരെ പരിമിതമാണ്. ചുരുക്കി പറഞ്ഞാൽ പത്തിൽ താഴെ വരുന്ന ഒരു സംഖ്യ. അതിൽ ചിലർ ഒരുപാട് സമയം എടുത്ത്

സൗഹൃദം സൃഷ്ടിച്ചവരാവും ചിലർ വളരെ പെട്ടൊന്ന് തന്നെ മനസ്സിൽ ഇടം പിടിച്ചവരും ആണ്. കണ്ട ഉടനെ മറ്റുള്ളവരെകുറിച്ച് ഗോസിപ്പ്സ് പറയുകയും മറ്റൊരു വ്യക്തിയുടെ ജീവിതത്തിൽ കയറി ഒളിഞ്ഞും മറിഞ്ഞും അഭിപ്രായം പറയുന്നതും, തമ്മിൽ കാണുമ്പോൾ പരസ്പരം അവരുടെ കാര്യങ്ങൾ പറയുന്നതിന് പകരം വേറെ ആരുടെയെങ്കിലും ജീവിതത്തെക്കുറിച്ച് ഒരു പരിധിയിൽ കവിഞ്ഞ് സംസാരിക്കുന്നതും ഒക്കെ എന്നിൽ അരോചകം ഉണ്ടാക്കുന്ന കാര്യങ്ങൾ ആണ്. ഇത്തരം ആളുകളെ പരിജയം ഉള്ളത് കൊണ്ട് ചിലപ്പോഴൊക്കെ അവരുടെ മുന്നിൽ പെട്ടുപോവാറുണ്ട്. ഇവിടെ ഒക്കെ എന്റെ 'പ്രിയസുഹൃത്ത് ' എന്ന് പറയാൻ ആരും ഇല്ലാതെ വരുന്ന അവസ്ഥയും ഉണ്ടായിട്ടുണ്ട്. അങ്ങനെ ഒക്കെ പതിയെ വന്ന മാറ്റമാണ് സ്വയം സ്നേഹിക്കാനും താങ്ങായി നിൽക്കാനുമൊക്കെ തുടങ്ങിയത്. സ്വഭാവം വളരെ പ്രധാനമാണ് നമ്മുടെ അടുത്ത് കൂടുതൽ ഇടപെടുന്നവരുടെ, അവരുടെ ജീവിതദർശനവും അനുഭവങ്ങളുമെല്ലാം ഒരുപരിധി വരെ നമ്മൾപോലും അറിയാതെ നമ്മളെ സ്വാധീനിക്കുന്നുണ്ട്. അപ്പോൾ കൂടെ ഉള്ളവർ എങ്ങനെയുള്ളവരാണ് എന്നത് എന്നെ സംബന്ധിച്ച് പ്രധാനമാണ്. ഇത് പലർക്കും പല തരത്തിൽ ആയിരിക്കാം അതിനനുസരിച്ച് ആയിരിക്കും നിങ്ങൾ നിങ്ങളുടെ സുഹൃത്തിനെ തിരഞ്ഞെടുക്കുന്നത്. എന്റെ കാര്യത്തിൽ എന്റെ ഫിലോസഫിയും, ചിന്താഗതികളും പങ്കുവയ്ക്കാൻ കഴിയുന്നതരത്തിലുള്ള ആളുകളുമായി വളരെ പെട്ടൊന്ന് അടുക്കാറുണ്ട്. എല്ലാത്തിലും പ്രാധാന്യം അവരുടെ സ്വഭാവം തന്നെയാണ്. ഇതെല്ലാം മാനദണ്ഡങ്ങളായി എടുക്കുന്നത് കൊണ്ട് തന്നെ ഒരുകൂട്ടം സുഹൃത്തുക്കൾക്ക് ഒപ്പം സമയം ചിലവഴിക്കുന്നതിലും കൂടുതൽ തനിയെ കൂടുതൽ സമയം ചിലവഴിക്കേണ്ടിയാണ് വരാറ്.. ചിലപ്പോഴൊക്കെ അത് എനിക്ക് വളരെ ബുദ്ധിമുട്ട് ഉണ്ടാകാറുണ്ട്. നല്ല പ്രയാസം ആണ് അത്തരം ഇമോഷൻസിൽ നിന്നൊക്കെ പുറത്ത് വരുന്നത്. അതിനു വേണ്ടി വായനയും എഴുത്തുമൊക്കെയാണ് തിരഞ്ഞെടുത്ത വഴി. ആ വായനയിൽ നിന്നെല്ലാം പ്രചോദനം കൊണ്ട് ഞാൻ എന്നെ തന്നെ പറഞ്ഞു വിശ്വസിപ്പിക്കുന്ന ചില വാക്കുകൾ ഉണ്ട്. ഒരുപക്ഷെ എനിക്ക് കൂടുതൽ ധൈര്യം കിട്ടുന്നത് ഇത് വായിക്കുമ്പോഴായിരിക്കും.

" ‘Success’ ഈ വാക്ക് ധൈര്യത്തോടെ പറയാൻ എനിക്ക് കഴിഞ്ഞിരുന്നില്ല. പരാജയങ്ങൾ മാത്രം അനുഭവിച്ച് വളർന്ന എനിക്ക് "success " എന്ന വാക്ക് ഒരുപാട് ദൂരെ നിൽക്കുന്ന ഒരു അനുഭവം മാത്രം ആയിരുന്നു. എന്നാൽ ഇപ്പോൾ അത് അങ്ങനെയല്ല. എന്റെ ഇമോഷൻസിനെ കൊണ്ട് എനിക്ക് നേരിടേണ്ടി വന്ന ഒരുപാട് പ്രശ്നങ്ങളെ മറികടക്കാൻ എനിക്ക് ഇന്ന് കഴിയുന്നുണ്ട്. ഒരു സ്ത്രീ എന്ന രീതിയിൽ എല്ലാ കാര്യങ്ങളിലും പെർഫെക്ട് ആവുന്നതിലും നല്ലത് അവൾ എല്ലാത്തിലും കുറച്ചൊക്കെ ‘imperfect ’ ആയാലേ അവൾക്ക് ഒരു ജീവിതം ഉണ്ടാവുകയുള്ളൂ. സ്വന്തമായി ആഗ്രഹങ്ങളും അത് നേടിയെടുക്കാൻ വേണ്ടി പ്രവർത്തിക്കുകയും ചെയ്യുമ്പോഴേ ഒരു മനുഷ്യന് വ്യക്തിത്വം രൂപപ്പെടുന്നുള്ളു. മറ്റൊരാളെ അറിഞ്ഞും അറിയാതെയും അയാളുടെ വികാരങ്ങളെ മുറിവേൽപ്പിക്കാതിരുന്നാൽ ആ വ്യക്തിക്കുള്ളിൽ ദൈവം ഉണ്ടാവുന്നു. നിന്റേത് എന്റേത് എന്ന വേർതിരിവ് തീരുന്നിടത്ത് സമത്വവും സ്നേഹവും ജനിക്കുന്നു. സ്നേഹം എന്നും വലിയ മൂർച്ചയുള്ള ഒരു ആയുധമാണ്. ഒരു വ്യക്തിയെ വളർത്താനും തകർക്കാനും സ്നേഹത്തിന് കഴിയും. സ്നേഹം ഉണ്ടെങ്കിലും ഇല്ലെങ്കിലും തകരാതിരിക്കാൻ നമുക്ക് ശ്രമിക്കാം. ആരുടെ മുന്നിലും ഇമോഷണലി തോറ്റുപോകില്ല എന്ന വാക്ക് സ്വയം മനസിനെ പറഞ്ഞു വിശ്വസിപ്പിക്കു. ഒന്നും നഷ്ടമാക്കാനും ഇല്ല ഒന്നും പിടിച്ചടക്കാനും ഇല്ല. വളരെ സമാധാനപരമായി പ്രയത്നിക്കുക. എപ്പോഴും പ്രവർത്തിച്ച് കൊണ്ടിരിക്കുക. എല്ലാ സമയത്തിനെയും ആസ്വദിച്ചു മുന്നോട്ട് പോകുക. ഒന്നിനോടും ആർത്തി വേണ്ട. ജീവിക്കാൻ ഉള്ളത് മാത്രം ഉണ്ടാക്കിയാൽ മതി. മറ്റൊരാൾ നമുക്ക് തരുന്ന നല്ല നിമിഷങ്ങൾക്ക് വേണ്ടി കാത്തിരിക്കാതെ നിങ്ങളെ സ്വയം സന്തോഷിപ്പിക്കാൻ നിങ്ങൾക്ക് കഴിയണം. "

പിന്നീട് അനുഭവപ്പെടുന്ന ഒരു വലിയ പ്രശ്നം. ചിലപ്പോഴൊക്കെ അറിവില്ലായ്മ കൊണ്ട് ചില തീരുമാനങ്ങൾ സ്വയം എടുത്തിട്ടുണ്ട്. അതുകൊണ്ട് നല്ല എട്ടിന്റെ പണി കിട്ടാറും ഉണ്ട്. ആദ്യം ഒക്കെ ഈ സന്ദർഭങ്ങളെ ഉൾകൊള്ളാൻ വളരെ അധികം ബുദ്ധിമുട്ടായിരുന്നു. അവിടെയും എന്റെ പരാജയങ്ങളുടെ ഉത്തരവാദിത്വം സ്വയം

ഏറ്റെടുക്കാൻ ഞാൻ തയ്യാറായിരുന്നു. ഇത് ചെയ്യണം എന്നോ...അങ്ങനെ ചെയ്യരുത് എന്നോ എന്നോട് ആരും നിർബന്ധം പിടിച്ചിട്ടില്ല...എന്നാൽ എന്തെങ്കിലും ചെയ്യുമ്പോഴും.. തീരുമാനം എടുക്കുമ്പോഴും നല്ല രീതിയിൽ പേടിതോന്നാറുണ്ട്. വളരെ സാധാരണ ട്രെഡിഷണൽ ഫാമിലിയും, അധികം യാത്രകൾ ചെയ്തോ,... ജീവിതത്തിൽ something different എന്ന് തോന്നിപ്പിക്കുന്ന, ഒരു റോൾ മോഡൽ ആക്കി എടുക്കാൻ പറ്റുന്ന തരത്തിൽ എന്നെ സ്വാധീനിച്ച വ്യക്തിത്വങ്ങളെ ആദ്യം ഒന്നും എനിക്ക് അറിയില്ല. അതുകൊണ്ട് തന്നെ എന്റെ ശ്രമങ്ങൾ എല്ലാം വളരെ സമയം എടുത്ത് ചെയ്തുപോകുന്നതാണ്. പല കാര്യങ്ങളും എനിക്ക് എതിരായി സംഭവിച്ചിട്ടും ഉണ്ട്. അവിടെയും വിഷമിച്ചിരുന്നിട്ട് കാര്യം ഇല്ല എന്നും.. ഇനി ചെയ്യാനുള്ള കാര്യങ്ങളെകുറിച്ച് ശ്രദ്ധിക്കാം എന്ന് വിചാരിച്ച് മുന്നോട്ട് പോകും. ജീവിതത്തിൽ സംഭവിച്ചതിൽ ഒരിക്കലും പശ്ചാത്തപ്പിക്കരുത്. വെറുതെ ആണ്...അത് മാറ്റാനോ പഴയപടിയാകാനോ മറക്കാനോ കഴിയില്ല. അതുകൊണ്ട് അതൊരു പാഠമായി എടുത്ത് മുന്നോട്ട് പോവുക.....!എന്നത് മാത്രമാണ് പരിഹാരം. ആ വിവേകം ഉണ്ടാക്കിയെടുക്കാൻ വേണ്ടി ചില പൊടിക്കൈകൾ ഞാൻ ഫോളോ ചെയ്യാറുണ്ട്. ചിലപ്പോൾ അതായിരിക്കും എന്നിൽ ആ മാറ്റത്തെ കൊണ്ടുവന്നത് അവ എന്താണെന്ന് നോക്കാം

> ഒരു മുതിർന്ന പരിഷ്കൃതയായ സ്ത്രിയാവാൻ ശ്രമിക്കുക

> നമ്മുടെ സ്വന്തം വീട്ടിൽ മാതാപിതാക്കളുടെ കൂടെ ജീവിക്കുമ്പോഴും ഞാൻ തനിച്ചാണ് എന്ന് വിശ്വസിക്കും

> എപ്പോഴും വളരാനും, ഓരോ ദിവസവും ജീവനുള്ളതാക്കാനും ശ്രമിക്കുന്നു

> ഒരു പെൺകുട്ടിയിൽ നിന്നും സ്ത്രീയിലേക്ക് ഉള്ള മാറ്റത്തെ ഉൾകൊള്ളാൻ ശ്രമിക്കുന്നു

> പല ഇടങ്ങളിലും ബോധപൂർവ്വം നിശബ്ദത പാലിക്കുന്നു

ഇതെല്ലാം ഇപ്പോഴും ഞാൻ ചെയ്തുകൊണ്ടിരിക്കുന്ന കാര്യങ്ങൾ ആണ്. ചില സാഹചര്യങ്ങളിൽ ഒക്കെ എല്ലാം അതുപോലെ ഫോളോ ചെയ്യാൻ കഴിയാറില്ല.. എന്നാലും ശ്രമിച്ചുകൊണ്ടിരിക്കുന്നു.

ചിലപ്പോൾ ചെറിയ വിജയങ്ങൾ പോലും എനിക്ക് സന്തോഷം തരാറില്ല. ജീവിതം എപ്പോഴും നമ്മുടെ മനസിനെയും ഇമോഷൻസിനെയും ബാലൻസ് ചെയ്ത് കൊണ്ട് പോകാൻ ഒരുപാട് കഷ്ടപ്പെടേണ്ടി വരും. ആ ബാലൻസ് ഉണ്ടാക്കിയെടുക്കേണ്ടത് വളരെ അത്യാവശ്യം ആണ്.

6
നമ്മൾ

നമ്മൾ

Be your own best friend

ആത്മവിശ്വാസക്കുറവ് കാരണം പലപ്പോഴും പ്രശ്നങ്ങൾക്ക് പരിഹാരം തേടി മറ്റുള്ളവരെ ആശ്രയിക്കുന്നവരാണോ നിങ്ങൾ? സ്കൂളിൽ പഠിക്കുമ്പോൾ അല്ലെങ്കിൽ പൊതുവേദികളിൽ മത്സരങ്ങളിൽ പങ്കെടുക്കുവാനും സംസാരിക്കുവാനും കോൺഫിഡൻസ് കുറവ് കാരണം മാറി നിൽക്കുകയും മാറ്റിനിർത്തപ്പെടുകയും ചെയ്തിട്ടുണ്ടോ? താൻ ചെറുതായി പോകുമോ എന്ന ഈഗോ കാരണം പരിചയമില്ലാത്ത ഒരു കൂട്ടത്തിൽ നിൽക്കാനോ ആരുടെയും ശ്രദ്ധ തന്നിലേക്ക് വരുന്നത് നിങ്ങൾക്ക് ഒരു വലിയ പ്രശ്നമായി മാറിയിട്ടുണ്ടോ? ഇതുപോലെ തന്നിലേക്ക് തന്നെ ഒതുങ്ങി കഴിഞ്ഞാൽ പിന്നൊരു പൊട്ടകിണറ്റിൽ വീണ പോലെയാണ് തിരികെ കയറാൻ വളരെ പ്രയാസമായിരിക്കും. സമൂഹത്തിൽ നിന്നും പലതരത്തിൽ അവഗണനകൾ കിട്ടിതുടങ്ങുമ്പോഴാവും നാം ഇത്തരം പ്രശ്നങ്ങളെകുറിച്ച് കൂടുതൽ വ്യാകുലരാവുക. അപ്പോഴേക്കും ജീവിതത്തിന്റെ പകുതിയും പോയിക്കാണും. പലപ്പോഴും നമ്മുടെ ശരീരത്തിന് ഉണ്ടാവുന്ന മുറിവുകളെ നമ്മൾ അറിയുകയും അതിനുള്ള ചികിത്സ കൊടുക്കുകയും ചെയ്യാറുണ്ട്. എന്നാൽ മുറിവ് പറ്റുന്നത് നിങ്ങളുടെ മനസ്സിനും ചിന്താഗതിക്കും ആണെങ്കിൽ ആരും അതിനെ

കാര്യമായി എടുക്കാറില്ല. ഇനി അതിനെ ശ്രദ്ധിച്ചാൽ തന്നെ അതിന് വേണ്ടുന്ന പരിഹാരം കണ്ടെത്താൻ ശ്രമിക്കുന്നവർ വളരെ കുറവായിരിക്കും. ചിലർ പരിഹാരത്തിനായി കൂടെ ഉള്ള സുഹൃത്തുക്കളോടോ കുടുംബത്തിലെ ആരോടെങ്കിലും ഒക്കെ എല്ലാം പറയാൻ ശ്രമിക്കും. ചിലർക്ക് ഇതുപോലെ പറയാനും അവരെ അതെ ആഴത്തിൽ മനസിലാക്കാനും നല്ല സൗഹൃദവലയമോ കുടുംബാന്തരീക്ഷമോ ഉണ്ടായി എന്ന് വരില്ല. അതുപോലുള്ളവർ ഒരു ഡോക്ടറുടെ സഹായം തേടും.. അവിടെയും പ്രതീക്ഷിച്ച അതെ രീതിയിലുള്ള പരിഹാരം കാണാൻ കഴിയാതെ നിരാശരായി പോകുന്നവരാവും അധികവും. ശരിക്കും ഇത്തരം ഇമോഷനുകളെ ഒക്കെ നമുക്ക് തനിയെ പരിഹാരം കണ്ടെത്താവുന്നതേ ഉള്ളു. നമ്മൾ അങ്ങനെ ചിന്തിക്കാത്തതുകൊണ്ടും അതിന് വേണ്ടി സമയം കൊടുക്കാതിരിക്കുന്നതും കൊണ്ട് മാത്രം പരിഹരിക്കാൻ കഴിയാതെ ആ ആത്മവിശ്വാസമില്ലായ്മയെ ഒരു ഭാരമായി കൊണ്ടുനടക്കുന്നവർ അല്ലെ അധികവും.

Shape your thinking and ideology ആദ്യം ചെയ്യേണ്ടത് ഇതാണ്. ഒരുപക്ഷെ നിങ്ങൾ കുട്ടിക്കാലം മുതൽ കണ്ടും കേട്ടും അറിഞ്ഞ പല വിശ്വാസങ്ങളെയും മാറ്റിമറിക്കപ്പെടേണ്ടി വരും. അന്ന് വിശ്വസിച്ചത് എല്ലാം തെറ്റാണെന്നും ഇതാണ് ശരി എന്നും അറിയാൻ ചിലപ്പോൾ നിങ്ങൾക്ക് 30 വർഷത്തെ ജീവിതാനുഭവങ്ങൾ വേണ്ടി വരും. ആ സമയം ഈ തിരിച്ചറിവിന് എന്റെ 30 വർഷങ്ങൾ നഷ്ടമായി പോയി എന്ന നിരാശയും വേദനയും വീണ്ടും നിങ്ങളെ പിടികൂടാം. പിന്നെ ഉള്ള പ്രശ്നങ്ങളുടെ കൂടെ വീണ്ടും വീണ്ടും പ്രശ്നങ്ങൾ വന്നുകൊണ്ടേയിരിക്കും അതിനെയും മറികടക്കാനുള്ള ഒരു വലിയ രീതിയിലുള്ള മോട്ടിവേഷൻ സ്വയം കൊടുക്കാൻ ആത്മധൈര്യം അത്യാവശ്യം ആണ്. ഒരുപാട് തെറ്റുകളും ശരികളും നിങ്ങൾ ചെയ്ത് കാണും. അറിവില്ലായ്മ കൊണ്ട് സംഭവിച്ച് പോയ പ്രശ്നങ്ങളെ വലിയ തെറ്റ് പറ്റിപോയല്ലോ എന്ന് ചിന്തിച്ച് സമയം കളയാതെ നിങ്ങളുടെ അടുത്ത പരിപാടി എന്താണോ അതിലേക്ക് കൂടുതൽ ശ്രദ്ധ കൊടുക്കുക. ഇതുപോലെ ചെയ്യാൻ ആദ്യം ഒക്കെ ബുദ്ധിമുട്ട് തന്നെയായിരിക്കും. എന്നാലും നല്ല മാറ്റം സംഭവിക്കുക എന്നത് നമ്മുടെ മാത്രം അത്യാവശ്യം ആണ് എന്ന യാഥാർഥ്യം മനസ്സിൽ

വരുമ്പോൾ അതിന് വേണ്ടി പ്രവർത്തിക്കാനുള്ള ഊർജവും കൈവരും. ചിലപ്പോൾ ആ ഊർജം ലഭിക്കാൻ ഒരുപാട് സമയം എടുത്തേക്കാം. ആ സമയം നിങ്ങൾ എന്ന വ്യക്തിയെ ആശ്രയിച്ചിരിക്കും, അതുപോലെ നിങ്ങൾക്ക് വന്നിട്ടുള്ള പ്രശ്നങ്ങളെയും ജീവിതാനുഭവങ്ങളെയും ആശ്രയിച്ചാവും ചിലർക്ക് ഒരു ദിവസം മതിയാവും ചിലർക്ക് ഒരു ആഴ്ച ചിലർക്ക് മാസങ്ങൾ വേണ്ടി വന്നേക്കും ചിലർക്ക് വർഷങ്ങൾ. എന്നാലും ആ ആത്മധൈര്യം ഉണ്ടാക്കിയെടുക്കാൻ കഠിനമായി പരിശ്രമിക്കുക. വീട്ടുകാരുടെ നിർബന്ധത്തിന് കല്യാണം കഴിക്കേണ്ടി വന്നിട്ടുണ്ടാവാം നാട്ടുകാരെ ബോധിപ്പിക്കാൻ ഒരുമിച്ച് ജീവിക്കുകയാവാം സ്വയം മാനസികമായി തയ്യാറാവാതെ പാരന്റിങ് സ്റ്റേജിലേക്ക് എത്തിപ്പെട്ടേക്കാം, ജീവനുതുല്യം സ്നേഹിച്ചയാൾ പിരിഞ്ഞു പോയിട്ടുണ്ടാവും, സാമ്പത്തികമായി പിന്നോക്കം നിൽക്കുന്നത് കൊണ്ട് ഒരുപാട് ഇഷ്ടമുള്ള കാര്യങ്ങൾ സാധിക്കാൻ കഴിയാതെ പോയിട്ടുണ്ടാവാം, കുടുംബം നോക്കാൻ വേണ്ടി ഇഷ്ടമുള്ള പാഷൻ വിട്ട് കളയേണ്ടി വന്നിട്ടുണ്ടാവാം അങ്ങനെ.. അങ്ങനെ, ഒരു നീളൻ ലിസ്റ്റ് ചിലപ്പോൾ നിങ്ങൾക്ക് ഉണ്ടായിരിക്കും. എല്ലാത്തിനും പരിഹാരം ഉണ്ടോ എന്ന് ചോദിച്ചാൽ ഉത്തരം കിട്ടാതെ കിടക്കുന്ന ഒരു വലിയ ചോദ്യചിഹ്നം ആയിരിക്കും ആദ്യം മനസ്സിൽ തെളിയുന്നത്.

That life style errors you need to change നമുക്ക് തന്നെ നമ്മുടെ തെറാപ്പിസ്റ്റ് ആവാൻ നമ്മളെ പാകപ്പെടുത്തി എടുക്കാൻ ശ്രമിച്ചാലോ. നമ്മൾ താമസിക്കുന്ന സ്ഥലം വൃത്തിയാക്കുന്നതും ഓർഗനൈസ് ചെയ്യുന്നതും ഒരു തെറാപ്പി മെതേഡ് ആണ്. ഷോർട് ടൈം ഗോൾ വച്ച് അതിനെ സാധിപ്പിച്ച് എടുക്കാൻ പ്രവർത്തിച്ച് കൊണ്ട് മുന്നോട്ട് പോവുക അന്നേരം അത് നടക്കുമ്പോൾ കിട്ടുന്ന സന്തോഷം പറഞ്ഞറിയിക്കാൻ കഴിയാത്തതാണ്. എല്ലാ കാര്യങ്ങളും എല്ലായ്പ്പോഴും പോസിറ്റീവ് ആയി നടന്നെന്ന് വരില്ല...ഓരോ സമയങ്ങളിലും നമുക്ക് അനുഭവിക്കേണ്ടി വരുന്ന നെഗറ്റീവ് കാര്യങ്ങളെ അതുപോലെ ആ നെഗറ്റീവിറ്റി കാരണം ഉണ്ടാവുന്ന ഇമോഷണൽ മാറ്റങ്ങളെ നമ്മൾ എങ്ങനെ പരിഹരിക്കുന്നു എന്നതാണ് പ്രധാനം. ചിലർക്ക് കുറെ ആളുകൾ കൂടുന്നിടത്ത് പോവാൻ ഒട്ടും താല്പര്യം കാണില്ല, അത് നമ്മുടെ കൂടെ ജീവിക്കുന്നവർക്ക് ഒരു വലിയ പ്രശ്നം ആയിരിക്കും എന്താ

കല്യാണത്തിന് വരാത്തത്, എന്താ ഔട്ടിങ്ങ് വരാത്തെ ഇതുപോലുള്ള ചോദ്യങ്ങളെ പേടിച്ച് ഇഷ്ടം ഇല്ലാതെ ഇതെല്ലാം ചെയ്യേണ്ടി വരുമ്പോൾ അവിടെയും മാനസികമായി സന്തോഷിക്കാൻ കഴിഞ്ഞു എന്ന് വരില്ല. അപ്പോൾ നിങ്ങൾക്ക് ഒരിക്കലും ഹാപ്പിനെസ്സ് തരാത്ത ഒരു കാര്യം കഷ്ടപ്പെട്ട് ചെയ്യുന്നതിലും നല്ലത് അത് ചെയ്യാതിരിക്കുക തന്നെയാണ്. എന്നാൽ എല്ലായ്പ്പോഴും എല്ലാവരെയും പൂർണമായും മാറ്റി നിർത്തുന്നതും നല്ലതല്ല. അവിടെ ചെന്ന് കഴിഞ്ഞാൽ തന്നെ ആരെങ്കിലും മോശമായി ജഡ്ജ് ചെയ്യപ്പെടുമോ എന്ന അനാവശ്യമായ പേടികൊണ്ടാണ് നിങ്ങൾ പോകാതിരിക്കുന്നത് എങ്കിൽ ഓർക്കേണ്ടത് മറ്റുള്ളവരുടെ ജഡ്ജ്മെറ്റുകൾ അല്ല നമ്മുടെ ജീവിതം തീരുമാനിക്കുന്നത്..., ഇതുപോലെ ഒരു മെന്റാലിറ്റി ബോധപൂർവ്വം വളർത്തിയെടുക്കുകയാണ് വേണ്ടത്. നമ്മുടെ ജീവിതരീതിയിൽ വരുന്ന തെറ്റായ രീതികളും പ്രവർത്തികളും ആത്മവിശ്വാസത്തെ കുറക്കാനുള്ള കാരണമാകാറുണ്ട്. ഉദാഹരണത്തിന് നമ്മൾ വീട്ടിൽ ഒന്നും ചെയ്യാനില്ലാതെ ഇരിക്കുകയാണ് അന്നേരം ഫോൺ എടുത്ത് സ്ക്രോൾ ചെയ്ത് ഒതുങ്ങി കൂടി സോഫയിലോ ബെഡിലോ ചുരുണ്ടുകൂടുന്നവരാവും അധികവും. ഇത് ഒരു കുറച്ച് സമയം ഒക്കെ ആവുമ്പോൾ നമ്മളെ അധികം ബാധിക്കില്ല നേരെ മറിച്ച് ഇത് നമ്മുടെ ശീലം ആവുമ്പോൾ അത് ജീവിതത്തെയും അതിന്റെ പ്രോഡക്ടിവിറ്റിയെയും ക്വാളിറ്റി ടൈമിനെയും ഒക്കെ സാരമായി ബാധിക്കാൻ തുടങ്ങും. ഇതാണ് പിന്നീട് മാനസികസന്തോഷവും ഇല്ലാതാക്കുന്നത്. സോഷ്യൽ മീഡിയയുടെ അമിത ഉപയോഗം നമ്മുടെ ജീവിതത്തെ മറ്റുള്ളവരുടേതുമായി താരതമ്യം ചെയ്യാനുള്ള പ്രവണത കൂടുതൽ ഉണ്ടാക്കും.ഇത് കുട്ടികളിൽ മാത്രം എന്നോ മുതിർന്നവരിൽ മാത്രം എന്നോ വേർതിരിക്കാൻ പറ്റില്ല അമിതമായി ഉപയോഗിക്കുന്ന ആർക്കും ഒരു ജൻഡർ വ്യത്യാസം ഇല്ലാതെ ഇത് വരാം. കുറെ സമയം ഇതുപോലെ ഫോണിൽ ചിലവഴിച്ച് അതും മടുത്ത് വരുമ്പോൾ ഫോൺ മാറ്റി വീണ്ടും ചിന്തിച്ചോണ്ടിരിക്കും അയ്യോ,, ഇന്ന് ഞാൻ ഒന്നും ചെയ്തില്ലല്ലോ.. ഒരുപാട് സമയം പോയല്ലോ. ഇങ്ങനെ വെറുതെ ചിലവാക്കി കളയുന്ന സമയത്തിനെ പോലും നല്ല രീതിയിൽ ഉപയോഗിക്കാൻ ശ്രമിക്കുമ്പോൾ നമ്മൾ അറിയാതെ തന്നെ മാറ്റങ്ങൾ സംഭവിക്കും. ഒരു പുതിയ കാര്യം ചെയ്ത് പൂർത്തിയാക്കുമ്പോൾ അത്

നമ്മുടെ മോട്ടിവേഷൻ ലെവൽ കൂട്ടാനും സഹായിക്കും.സോഷ്യൽ മീഡിയ ഉപയോഗിക്കുമ്പോൾ നമ്മൾ തീരുമാനിക്കണം എത്ര ടൈം അതിന് വേണ്ടി ചിലവഴിക്കാം എന്നത്. അതുപോലെ മാറ്റം വരുത്താൻ ബോധപൂർവം നമ്മൾ ശ്രമിക്കേണ്ട മറ്റൊന്നാണ് നമ്മുടെ ചിന്താഗതിയെ വളർത്തിയെടുക്കുന്നത് അതിൽ എല്ലാം ശരിയാകണമെന്നില്ല. ഒരാളുടെ വയസ്സൊ പദവിയോ ഒന്നും ഇതിനെ അളക്കാൻ സാധിക്കുന്നതല്ല. പത്ത് വയസുള്ള ഒരു കുട്ടിയിൽ നിന്നും 60 വയസുള്ള ഒരാളിൽ നിന്നും നമുക്ക് എന്തെങ്കിലും ഒക്കെ പഠിക്കാൻ ഉണ്ടാവും. ഒരു കൂട്ടം ആളുകളോടൊപ്പം സമയം ചിലവഴിക്കുമ്പോൾ ചിലപ്പോൾ അധികവും മറ്റൊരാളെകുറിച്ച് കൂടുതൽ ജഡ്ജ് മെന്റൽ ആവാനും, കുറ്റം പറയാനും ഒക്കെ നമ്മൾ തയ്യാറായെന്ന് ഇരിക്കും. ഇതിനെല്ലാം ഒരു കൺട്രോൾ നമ്മൾ ബോധപൂർവ്വം ഉണ്ടാക്കിയെടുക്കേണ്ടതാണ്. ഇതൊന്നും നമ്മളെ ആരും പഠിപ്പിച്ചു തരില്ല. ഒരുപാട് നെഗറ്റീവ് ചിന്താഗതികളെ നമുക്കകത്തേക്ക് കൊടുത്താൽ പിന്നീട് നമ്മളിലും അതൊക്കെ പ്രതിഫലിച്ചു തുടങ്ങും. അത് ഒഴിവാക്കാൻ വേണ്ടി നെഗറ്റീവ് ആയിട്ട് എന്തെങ്കിലും ചിന്തകൾ മനസ്സിലേക്ക് വരുമ്പോൾ ബോധപൂർവ്വം അതിനെ മാറ്റിയെടുക്കാൻ നോക്കുക. ഇതിന്റെ എല്ലാം കൂടെ മെഡിറ്റേഷൻ, യോഗ ഇതുപോലെ എന്തെങ്കിലും നിങ്ങൾക്ക് പുതിയതായി ചെയ്യാൻ കഴിയും എന്നുണ്ടേൽ അതും ജീവിതത്തിന്റെ ഒരു ഭാഗം ആകുക. അനാവശ്യമായി മനസ്സിൽ കയറി കൂടുന്ന നിരാശക്ക് എന്തായാലും മാറ്റം വരും.

7
മനസ്

മനസ്

Mental health is more important than physical health. Because when you are mentally strong.. You can handle a physical illness. But if you are struggling mentally. You can't even enjoy your physical health.

മാനസിക ആരോഗ്യം..., വളരെയധികം ശ്രദ്ധ കൊടുക്കേണ്ട ഒന്നാണ്. നമ്മൾ മനുഷ്യർ വളരെ ശ്രദ്ധ കുറച്ച് കൊടുക്കുന്നതും അതിനായിരിക്കും. ദുഃഖം നമ്മളിലേക്ക് എത്താൻ ഒന്നും ചെയ്യേണ്ട എന്നാൽ സന്തോഷമായിരിക്കാൻ നമ്മൾ ബോധപൂർവം പ്രവർത്തിക്കേണ്ടത് അത്യാവശ്യം ആണ്. പലപ്പോഴും നമ്മുടെ പ്രശ്നങ്ങളുടെ യഥാർത്ഥ കാരണം എന്താണെന്ന് പോലും നമുക്ക് വ്യക്തമായി അറിയാൻ സാധിക്കില്ല. ദുഃഖ കാരണം ഇല്ലാതായാൽ കാര്യവും ഇല്ലാതാവും എന്നാൽ ആ കാരണം എന്താണെന്ന് ചിലപ്പോൾ നമുക്ക് കണ്ടെത്താൻ സാധിക്കില്ല. മനസ്സും ശരീരവും രണ്ടു ദിശയിലേക്ക് നോക്കിയിരിക്കുന്നത് പോലെയാണ് ആ അവസ്ഥ. അതുപോലെ മാനസിക ആരോഗ്യം എങ്ങനെ ഉണ്ടാക്കിയെടുക്കാം എന്നത് നമ്മുടെ തീരുമാനമാണ്. ജീവിതത്തിൽ എന്തൊക്കെ ചെയ്യണം, എന്താണ് ചെയ്യരുതാത്തത്...ഇത്തരം കാര്യങ്ങളെ കുറിച്ച്

വ്യക്തമായി പ്ലാൻ ഉണ്ടാക്കിയെടുക്കുക എന്നത് അത്യാവശ്യം ബുദ്ധിമുട്ടുള്ള പണിയാണ്....

കാരണം നാളെ എന്ത് എന്നത് നമുക്ക് പ്രവചിക്കാൻ പറ്റില്ലല്ലോ. നമ്മുടെ പദ്ധതിയെ തകിടം മറിക്കുന്ന പല കാര്യങ്ങളും ചിലപ്പോൾ സംഭവിച്ചേക്കാം. ചിലപ്പോൾ അതെല്ലാം നമുക്ക് അനുയോജ്യമായി സംഭവിച്ചു എന്നും ഇരിക്കും. എന്നാൽ അതിനേക്കാൾ ഒക്കെ ബുദ്ധിമുട്ട് ഉണ്ടാക്കുന്ന ചില കാര്യങ്ങളാണ് നമ്മൾ ചെയ്യാൻ ഉദ്ദേശിക്കുന്ന കാര്യങ്ങളെക്കുറിച്ച് നമുക്ക് ചുറ്റും ഉള്ളവരെ പറഞ്ഞു മനസിലാക്കികൊടുക്കുക എന്നത്. നമുക്ക് ഇഷ്ട്ടമുള്ളതും അവർക്ക് ഇഷ്ടമില്ലാത്തതും ഒരു കാര്യം ആവുമ്പോൾ അവിടെ പ്രശ്നമാകാം. Education, Career options, Job and job roles, Self employment, Personal freedom, Likes and dislikes, Relationship, Marriage, Divorce...ഇതുപോലെ ഉത്തരവാദിത്വപെട്ട തീരുമാനങ്ങളിൽ എല്ലാം ഈ ബോധ്യപെടുത്തലിന്റെ ആവശ്യകത വരുന്നു.100 പേരോട് ഇതിനുള്ള മറുപടി പറയണമെങ്കിൽ അവർക്കെല്ലാം അവർ ആഗ്രഹിക്കുന്ന മറുപടി തന്നെ വേണ്ടി വരും. അത് നിങ്ങളുടെ ഭാഗത്ത് നിന്നും കിട്ടിയില്ല എങ്കിൽ പരിഭവം ആയി. എന്നാൽ ഈ 100 പേരെയും തൃപ്തിപ്പെടുത്തുന്ന മറുപടി നമ്മളെ കൊണ്ട് നൽകാൻ സാധിക്കുമോ ഒരിക്കലും ഇല്ല. അതുകൊണ്ട് തന്നെ ജീവിതത്തിൽ എന്തെങ്കിലും പ്രധാനപെട്ട കാര്യങ്ങളിൽ തീരുമാനം എടുക്കുമ്പോൾ ആ 100 പേരെ തൃപ്തിപെടുത്താൻ നിൽക്കാതെ നിങ്ങൾ എന്ന വ്യക്തിയെയും മാനസികാരോഗ്യത്തെയും മുൻ നിർത്തി തീരുമാനങ്ങൾ എടുക്കാൻ ശ്രമിക്കുക. സ്വന്തം അടിസ്ഥാന സ്വഭാവം മൂടി വച്ച് പൊതു സമൂഹത്തിൽ അഭിനയിച്ചു നിൽക്കുക എന്നത് അത്ര എളുപ്പമുള്ള ജോലിയല്ല. അത് നല്ലതുമല്ല. എന്നാൽ ഭൂരിഭാഗം മലയാളികളെയും കൈയ്യിൽ എടുക്കാനുള്ള സൂത്രവിദ്യയാണ് നല്ല കുട്ടി ചമയൽ, പാരമ്പര്യം മുറുകെ പിടിക്കൽ ഇതെല്ലാം. എങ്ങനെ എല്ലാവരെയും തൃപ്തിപ്പെടുത്തി വരുമ്പോഴേക്കും സ്വന്തം മാനസികാരോഗ്യത്തെ കൂടി പരിഗണിക്കാൻ മറന്നുപോവാതിരിക്കാൻ ശ്രമിക്കേണ്ടതുണ്ട്.

പലപ്പോഴും നമ്മുടെ ജീവിതം എങ്ങനെയാവണമെന്ന് മറ്റാരെങ്കിലും തീരുമാനിക്കുകയോ അടിച്ചേൽപ്പിക്കുകയോ ചെയ്യുന്നുണ്ട് എങ്കിൽ അതിന്റ കാരണം നമ്മൾ തന്നെയായിരിക്കും.

നമുക്ക് വേണ്ടപ്പെട്ടവർ നമുക്ക് വേണ്ടി തീരുമാനങ്ങൾ എടുക്കുന്നത് തെറ്റാണെന്ന് അല്ല. എന്നാൽ ചിലരുടെ കാര്യത്തിൽ ടോക്സിക് ബന്ധങ്ങൾ ഉണ്ടായേക്കാം. അത്തരം ആളുകൾ അത് മനസിലാക്കാനും അതിൽ നിന്നും പുറത്ത് കടക്കാനും അത്ര എളുപ്പം സാധ്യമായി എന്ന് വരില്ല. കാരണം അവരുടെ സ്വതന്ത്രമില്ലായ്മ എന്താണെന്ന് പോലും അവർക്ക് മനസിലാക്കാൻ സാധിക്കുന്നുണ്ടാവില്ല. അതുകൊണ്ട് തന്നെ മറ്റൊരാളുടെ ഉപദേശം കേൾക്കുമ്പോൾ നമ്മുടെ യഥാർത്ഥ സാഹചര്യങ്ങൾ എന്തൊക്കെയാണെന്ന് വ്യക്തമായി മനസിലാക്കേണ്ടത് അത്യാവശ്യം ആണ്. അതിന് ശേഷം മാത്രമേ ആ കാര്യം നമ്മൾക്ക് വേണ്ടതാണോ അല്ലയോ എന്ന് തീരുമാനിക്കാൻ നിങ്ങൾ നിങ്ങൾക്ക് വേണ്ടി ഒരു ജീവിതരീതി കണ്ടെത്തിയില്ലെങ്കിൽ, അവിടെ നിങ്ങൾക്ക് പകരം മറ്റൊരാൾ ആ രീതി അവരുടെ ഇഷ്ടത്തിന് തീരുമാനിക്കും. അതുപോലെ നിങ്ങളുടെ ലക്ഷ്യവും കരിയറും, ജീവിതപങ്കാളിയുടെ കാര്യത്തിലും ഒക്കെ നമുക്ക് വേണ്ടി മറ്റാരെങ്കിലും തീരുമാനം എടുക്കാൻ നമ്മളായിട്ട് അവസരം നൽകാതെ നോക്കുന്നത് നമ്മുടെ മാനസികാരോഗ്യം നിലനിർത്താൻ സഹായിക്കും. നമുക്ക് സംശയങ്ങൾ ഉണ്ടാവാം അതെല്ലാം നമ്മുടെ നല്ല ഭാവി ആഗ്രഹിക്കുന്ന ആളുകളുമായി സംസാരിക്കുകയും അവർക്ക് പറയാനുള്ളത് കൂടെ കേട്ടിട്ട് അവസാന തീരുമാനം നിങ്ങളുടേത് മാത്രം ആവാൻ ശ്രമിക്കുക. കാരണം ജീവിതം എന്നത് നാളെ എന്ത് എന്ന് അറിയാതെ ഓരോ ദിവസവും മുന്നോട്ട് പോകുന്ന ഒരു ഗെയിം ആണ് അപ്പോൾ മറ്റാരെയെങ്കിലും സഹായത്തിനു കിട്ടിയാൽ നമ്മൾ അവരെ പെട്ടന്ന് അസെപ്റ്റ് ചെയ്യും.അങ്ങനെ നമ്മുടെ എല്ലാ തിരഞ്ഞെടുപ്പുകളും ശരിയായി വരണം എന്നില്ലല്ലോ. ഇനി എവിടെയെങ്കിലും വച്ച് അത്തരം തിരിച്ചറിവുകൾ ഉണ്ടായാൽ നഷ്ടമായതിനെ തന്നെ ഓർത്ത് സമയം കളയാതെ മുന്നോട്ട് തന്നെ പോകാൻ ശ്രമിക്കണം. അതിന് വേണ്ടത് സ്വന്തം ശാരീരികവും മാനസികവുമായ ആരോഗ്യമാണ്. അതുകൊണ്ട് അതിന്റെ താക്കോൽ നമ്മുടെ കൈയ്യിൽ ഭദ്രമായിരിക്കണം. മാനസിക ആരോഗ്യം എന്നാൽ ഒരു വ്യക്തി സ്വന്തം കഴിവുകൾ തിരിച്ചറിഞ്ഞു, സാധാരണ ജീവിത പ്രശ്നങ്ങളെ ഫലപ്രദമായി നേരിട്ട് ജനസമൂഹത്തിന് ഫലദായകമായി പ്രവർത്തിക്കുന്നതാണെന്ന് ലോകാരോഗ്യ സംഘടന

നിർവച്ചിക്കുന്നു.മാനസികമായി വരുന്ന ബുദ്ധിമുട്ടുകളെ പലരും ശ്രദ്ധിക്കാതെ പോകുമ്പോൾ ദിവസങ്ങൾ പോകെ അത് നിരാശയിലേക്ക് (depression)നയിക്കുന്നു. ഇത് പിന്നീട് ശാരീരികമായ അസ്വസ്ഥതകൾക്കും കാരണമാകുന്നു. മോശമായ മാനസികാരോഗ്യം രോഗപ്രതിരോധ പ്രവർത്തനങ്ങൾ കുറയ്ക്കുന്നതിൽ പ്രധാന പങ്ക് വഹിക്കുന്നുണ്ട്. ഇതു കാരണം മറ്റു പല അസുഖങ്ങളും പിടിപെടാനുള്ള സാധ്യത കൂടുതലാണ് നമ്മുടെ വ്യക്തി വളർച്ചക്ക് പ്രധാനപെട്ടതാണെന്ന് നമുക്ക് മനസിലാക്കാൻ പറ്റും. നമ്മൾ കാരണം മറ്റൊരു വ്യക്തിയുടെ കോൺഫിഡൻസിനെ തകർക്കുന്ന ഒന്നും ചെയ്യാതിരിക്കുക, മറ്റുള്ളവരുടെയും നിങ്ങളുടെയും പരാജയങ്ങളെ ഒരു അന്താരാഷ്ട്ര പ്രശ്നമായി സമീപിക്കാതിരിക്കാൻ ശ്രമിക്കുക, ജീവിതത്തിൽ ഒരു പ്രശ്നം ഉണ്ടാകുമ്പോൾ ഇമോഷണലി ഒരാൾ സഹായത്തിന് വേണം എന്ന ചിന്ത ആദ്യം തന്നെ എടുത്ത് ഒഴിവാക്കേണ്ടതാണ്. ഇത് അത്ര എളുപ്പം മാറ്റാൻ പറ്റുന്ന പ്രവണതയല്ല. നമ്മുടെയെല്ലാം ഒരു പൊതുസ്വഭാവം ആണ് ഇത്. തനിയെ നിൽക്കാൻ വളരെ ബുദ്ധിമുട്ടായിരിക്കും,തനിയെ പ്രശ്നങ്ങളെ നേരിടുന്നതും എല്ലാം.മറ്റുള്ളവരിൽ നിന്നും നമ്മൾ ആഗ്രഹിക്കുന്ന ഇത്തരം പ്രതീക്ഷകൾ തന്നെയായിരിക്കും നിങ്ങളെ നിരാശയിലേക്ക് എത്തിക്കുന്നുണ്ടാവുക. പ്രണയത്തിലും, സൗഹൃദങ്ങളിലും കുടുംബ ബന്ധങ്ങളിലും എല്ലാം നാം ക്ഷണിച്ചു വരുത്താതെ വരുന്ന അതിഥിയാണ് 'പ്രതീക്ഷ' അവർ നമ്മുടേതാണെന്ന ഒരു പ്രതീക്ഷ നാം അറിയാതെ കാത്തുസൂക്ഷിക്കാറുണ്ട്. അതുകൊണ്ട് തന്നെ ജീവിതത്തിൽ ഏറ്റവും വലിയ നിരാശ നമ്മൾ അനുഭവിക്കേണ്ടി വരുന്നതും ഇവരിൽ നിന്നും ആയിരിക്കും. അതുകൊണ്ട് തന്നെ നമ്മുടെ സ്വന്തം എന്ന് കരുതാതെ ഒരകലത്തിൽ നിന്ന് എല്ലാവരെയും സ്നേഹിക്കാൻ പഠിക്കുക എന്നത് ജീവിതത്തിൽ നാം പഠിക്കേണ്ട വലിയ പാഠങ്ങളിൽ ഒന്നാണ്. എല്ലാം താല്കാലികമാണ്. ദിവസങ്ങൾ കഴിയുംതോറും ചുറ്റുമുള്ള മനുഷ്യരും സാഹചര്യങ്ങളും, വികാരങ്ങളും എല്ലാം മാറുക തന്നെ ചെയ്യും. മാറ്റം എന്ന വാക്കിന് മാത്രമേ അപ്പോഴും മാറ്റം വരാതിരിക്കൂ. ജീവിതത്തിൽ തുടക്കം മുതൽ അവസാനം വരെ നമ്മളല്ലാതെ മറ്റാരും ഉണ്ടാകില്ല ഈ സത്യം അംഗീകരിക്കാൻ ഇത്തരം നിരാശയെ പൂർണമായും

മറികടക്കാൻ സാധിക്കും. നമ്മുടെ ജീവിതം എങ്ങനെ ആവണമെന്നു തീരുമാനിക്കുന്നത് നാം എത്തിപ്പെട്ട സാഹചര്യം അല്ല അതിനോടുള്ള നമ്മുടെ സമീപനം തന്നെയാണ്. ആ കാഴ്ച്ചപാടുകൾ നല്ലതായിരിക്കാൻ നമുക്ക് ഒരുമിച്ച് പരിശ്രമിക്കാം.

8

അനുഭവങ്ങൾ

Focus on you, because people are wake up with different feelings everyday..

എക്സ്പീരിയൻസ് ആൻഡ് എക്സ്പ്ലോഷർ ഈ രണ്ട് വാക്കും ഇന്ന് എല്ലാവർക്കും സുപരിചിതമാണ്. എന്നാൽ ഇതിന്റെ അർത്ഥം യഥാർത്ഥത്തിൽ പാലിക്കുന്ന എത്ര പേരുണ്ട്. ഒരു കാര്യത്തെക്കുറിച്ച് എക്സ്പ്ലോർ ചെയ്യാനുള്ള ധൈര്യം എത്രപേർക്ക് കിട്ടുന്നുണ്ട്. ഒരു ഇരുപതുകളിലേക്ക് കടന്ന് കഴിഞ്ഞാൽ നമുക്ക് ചുറ്റും ഉള്ളവരിൽ നിന്നും ഒരുപാട് ഉപദേശങ്ങൾ കേൾക്കേണ്ടതായി വരാറുണ്ട്. അങ്ങനെ ചെയ്യണം, ഇങ്ങനെ ചെയ്യരുത്, ഈ വയസിൽ ജോലി വേണം, ഇത്ര വയസായാൽ കല്യാണം കഴിക്കണം, ഇതുപോലെ നീളുന്ന ലിസ്റ്റ് എല്ലാവർക്കും കാണും. "കോൺഫിഡൻസ് ഈസ് എ ജേർണി " ഇത് നമ്മൾക്ക് അറിയാം. ജീവിതത്തിൽ പ്രശ്നങ്ങൾ ഉണ്ടാവും, ചിലപ്പോൾ തനിച്ചാവും, എന്നാൽ ഇത്തരം സാഹചര്യങ്ങളിൽ നിന്നും സ്വയം അതിജീവിച്ച് വരുമ്പോൾ നമുക്ക് ലഭിക്കുന്ന കോൺഫിഡൻസ് ലെവൽ ഉണ്ട്. അത് വിലമതിക്കാനാവാത്തതാണ്. അത് മറ്റൊരാളുടെ ഉപദേശത്തിൽ നിന്നും ലഭിക്കുന്നതല്ല. ചിലപ്പോൾ കുറച്ച് നേരത്തേക്ക് നമ്മളെ എനെർജിറ്റിക് ആകാൻ പറ്റും. പക്ഷെ അത് സ്ഥിരം ആവില്ല. അനുഭവങ്ങൾ തരുന്ന പാഠം വളരെ വലുതാണ്. ഓരോ തകർച്ചയും

വലിയ ഉയർച്ചകളിലേക്കുള്ള ആദ്യപടിയായി എടുക്കാൻ നമ്മൾ ശ്രമിക്കുമ്പോഴാണ് എക്സ്പീരിയൻസ് എന്ന വാക്കിന് ജീവൻ ലഭിക്കുന്നത്. അതുപോലെ തന്നെ ശ്രദ്ധിക്കേണ്ട ഒന്നാണ് ഒരേ അനുഭവം ഒരാൾ രണ്ടു തവണ പഠിപ്പിക്കാൻ നിന്നു കൊടുക്കാതിരിക്കുക എന്നത്. ഒരു റിലേഷനോ, ജോലിയോ, എന്തുമാവട്ടെ നമ്മുടെ നല്ലതിനുള്ളതല്ല എന്ന് അറിഞ്ഞു കഴിഞ്ഞാൽ "നോ " പറയാനുള്ള ധൈര്യം, അതിനുള്ള തിരിച്ചറിവ് കുട്ടികളിൽ ഉണ്ടാക്കിയെടുക്കേണ്ടത് അത്യാവശ്യം ആണ്. സ്വതന്ത്രമായി ചിന്തിക്കുമ്പോഴേ നമ്മുടെ ചിന്തകൾക്ക് വികാസം വരുകയുള്ളു. കേവലം ഒരു അക്കാഡമിക് പഠനം കൊണ്ട് നമ്മൾ ഇതെല്ലാം ഉൾക്കൊള്ളണം എന്നില്ല. കാൽഭാഗം മാതാപിതാകളിൽ നിന്ന്, കാൽഭാഗം അധ്യാപകരിൽ നിന്ന്,കാൽഭാഗം സുഹൃത്തുകളിൽ നിന്ന് ബാക്കി കാൽഭാഗം ജീവിതാനുഭവങ്ങൾ കൊണ്ടും നമ്മൾ പഠിക്കുന്നുണ്ട്. തോറ്റുപോവുന്നിടം തളരാതെ വീണ്ടും പ്രവർത്തിക്കാനുള്ള ഊർജം ലഭിക്കുന്ന ഓരോ വ്യക്തികളും വിജയിച്ചവരാണ്.. അതിൽ സംശയമില്ല, മോട്ടിവേഷൻ സ്പീച് കേട്ട് നമ്മൾ എന്തോക്കെയോ ചെയ്യും എന്ന് വിചാരിച്ചു നിൽക്കും. എന്നിട്ട് ആ നേരത്ത് ഒരു വാട്സ്ആപ് മെസ്സേജ് വന്നാൽ പിന്നെ എല്ലാം മറന്ന് ഫോൺ തൊണ്ടിയിരിക്കും. അഥവാ ഇനി എന്തെങ്കിലും ചെയ്യാൻ ഇറങ്ങിയാൽ തന്നെ വീട്ടിക്കാരോ സുഹൃത്തുക്കളോ ആരെങ്കിലും ഉപദേശവുമായി എത്തും. "നിന്നെ കൊണ്ട് ഇതൊന്നും പറ്റില്ല, നീ ഞങ്ങൾ പറയുന്നത് കേൾക്ക് "എന്ന്. ഇതൊക്കെയാണ് യുവതലമുറ അനുഭവിക്കുന്ന ഭീകരമായ പ്രശ്നം. സ്വന്തം തീരുമാനങ്ങളെയും ഇഷ്ടങ്ങളെയും മുന്നോട്ട് കൊണ്ടുപോകാനുള്ള സ്വാതന്ത്ര്യം വളരെ ചുരുക്കം ആളുകൾക്ക് മാത്രമേ കിട്ടുന്നുള്ളു. വേറൊരാളുടെ കഥ അയാളുടെ മാത്രം കഥയാണ്, അത് അനുകരിച്ച് നമുക്ക് എങ്ങും എത്താൻ സാധിക്കില്ല. നമ്മുടെ പ്രവർത്തികളിൽ നിന്നും പിന്മാറാതെ പ്രവർത്തിക്കണം എന്നുണ്ടെങ്കിൽ മാനസികമായി ധൈര്യമായിരിക്കേണ്ടത് അത്യാവശ്യമാണ്. സ്വപ്നങ്ങൾക്ക് പുറകെ പോകുമ്പോൾ തോൽവികൾ സംഭവിച്ചേക്കാം. ആ സമയം സ്വയം തോന്നണം തിരികെ വരേണ്ടത് അത്യാവശ്യമാണ് എന്ന്. നിങ്ങളെ ഇത്ര സ്ട്രോങ്ങ് ആക്കിയത് എന്താണ് എന്ന ചോദ്യം ഞാൻ നിങ്ങൾ

ഓരോരുത്തരോടും ചോദിക്കുന്നു? ഇപ്പോൾ പല ഉത്തരങ്ങൾ നിങ്ങളുടെ മനസിലൂടെ കടന്നുപോയിക്കാണും. അതേസമയം നിങ്ങൾ ഒന്നുകൂടെ ഓർക്കുന്നുണ്ടാവും ജീവിതയാത്ര. മുന്നേ എവിടെയായിരുന്നോ അവിടെ നിന്നും ഒരുപാട് മാറ്റങ്ങൾ നിങ്ങൾക്ക് സംഭവിച്ച് കാണും. ആ യാത്രയിൽ നിങ്ങളുടെ എല്ലാ തീരുമാനങ്ങളും ശരിയായിരുന്നോ? അങ്ങനെയാവാൻ സാധ്യതകുറവാണ് ചില ശരികളും തെറ്റുകളും എല്ലാം ചേർന്ന് ഒരു തീരുമാനം എടുക്കുന്നു. അതിന്റെ ഫലമായി നിങ്ങൾക്ക് അനുഭവങ്ങൾ ഉണ്ടാവുന്നു. പിന്നീട് നിങ്ങൾ യാത്ര തുടരുന്നത് ആ അനുഭവങ്ങളുടെ വെളിച്ചത്തിലായിരിക്കും. നിങ്ങൾക്ക് ഇംഗ്ലീഷ് ഒട്ടും സംസാരിക്കാൻ അറിയില്ല. ഒരുപാട് പേർ നിങ്ങളെ ഉപദേശിക്കുന്നു. "ഇംഗ്ലീഷിൽ സംസാരിക്കണം, ഭാവിയിലേക്ക് അത് വളരെ അത്യാവശ്യമാണ്, നിങ്ങളുടെ കരിയറിന്റെ ഉയർച്ചക്ക് ഇത് പഠിച്ചേ തീരു. ഇതൊക്കെ ആരും പറഞ്ഞിലെലും നമുക്ക് അറിയാം. എന്ന് കരുതി ഈ ഉപദേശം കേട്ട് പഠിക്കുന്നവരുടെ എണ്ണം വളരെ കുറവാണ്. അവർക്ക് ഇംഗ്ലീഷ് അത്യാവശ്യം ആയി വരുന്ന ഒരു ഘട്ടത്തിൽ എത്തുമ്പോൾ മാത്രമേ പലരും അത് പഠിക്കാറുള്ളു. അതുകൊണ്ട് തന്നെ മറ്റുള്ളവർക്ക് എന്താ പറയാനുള്ളത് എന്നതിനേക്കാൾ നിങ്ങൾക്ക് എന്താ വേണ്ടത് എന്ന് അറിയാൻ ശ്രമിക്കു. അതിനനുസരിച്ച് വ്യക്തമായി തീരുമാനങ്ങൾ എടുക്കാൻ ഒരു പരിധി വരെ നമുക്ക് കഴിയും. ഇനി അതിൽ നിന്ന് ഉണ്ടാവുന്ന തെറ്റുകളെ ഒരു പാഠമായി ഉൾകൊള്ളാൻ ശ്രമിച്ച്.. മുന്നോട്ട് തന്നെ പോകണം.ഓരോ തവണ വ്യത്യസ്തമായ അനുഭവങ്ങൾ സംഭവിക്കുന്നുണ്ടാവാം. അതിൽ നിന്നെല്ലാം ഒരുപാട് പഠിക്കാനും ഉണ്ട്. ഇത്തരം അനുഭവങ്ങളും അതിൽ നിന്നുണ്ടാവുന്ന തിരിച്ചറിവും നിങ്ങൾ എന്ന വ്യക്തിയെ ഇന്നലെ ഉള്ളതിനേക്കാൾ ഒരുപടി മുന്നിൽ വരാൻ സഹായിക്കും. അതുപോലെ നല്ല മാറ്റങ്ങൾ സംഭവിക്കണം എന്നുണ്ടെങ്കിൽ കിട്ടിയ മോശം അനുഭവങ്ങളെ ഓർത്തിരുന്ന് വീണ്ടും പരിശ്രമിക്കാതെ നിന്നാൽ കിട്ടില്ല. പ്രവർത്തിക്കുക എന്നത് വളരെ അത്യാവശ്യം ഉള്ള കാര്യം ആണ്. അതിന് പറ്റുന്നില്ല എങ്കിൽ പിന്നെ ഒന്നും പറഞ്ഞിട്ട് കാര്യം ഇല്ല.എല്ലാ തരം ബന്ധങ്ങളിലും പ്രശ്നങ്ങൾ ഉണ്ടാകാം നമ്മളെ നമ്മൾ ആയി മനസിലാക്കുകയും അതിനെ ഇഷ്ടപെടുകയും ചെയ്യുന്ന ആളുകൾ എല്ലാവരുടെ ജീവിതത്തിലും

ഉണ്ടാവണം എന്നില്ല. അതുകൊണ്ട് നമ്മൾ സ്വയം ഇമോഷൻസിനെ നിയന്ത്രിക്കാൻ പഠിക്കണം. സ്വയം നല്ല രീതിയിൽ മനസിലാക്കുക എന്നത് തന്നെയാണ് അതിന് ഒരു വഴി. അങ്ങനെ സ്വയം മനസിലാക്കാൻ സാധിക്കാത്തവരായിരിക്കും പലപ്പോഴും മറ്റ് ആളുകളെ സപ്പോർട്ടിന് ആഗ്രഹിക്കുക. ആ ബന്ധം നഷ്ടമാകതിരിക്കാൻ വേണ്ടിയായിരിക്കും പലരും മറ്റുള്ളവർക്ക് വേണ്ടി സ്വയം ആഗ്രഹങ്ങൾ ഉപേക്ഷിച്ച് ജീവിക്കുന്നത്. സ്നേഹബന്ധത്തിൽ മനുഷ്യർ പലപ്പോഴും സ്വാർത്ഥനും നിസ്സഹായനും ആണ്. എത്ര വിവേകം ഉള്ള വ്യക്തി ആയാലും ചില സമയത്ത് അവർ എടുക്കുന്ന തീരുമാനം കൊണ്ട് പല അബദ്ധങ്ങളും ദുരന്തങ്ങളും ഉണ്ടാവാം. അത്തരം ചില സാഹചര്യങ്ങൾ കൊണ്ടുണ്ടാവുന്ന മാനസികസംഘർഷം അത്ര പെട്ടൊന്ന് നമ്മളെ വിട്ട് പോവില്ല. വീണ്ടും നമുക്ക് വേണ്ടി വിവേകത്തോടെ പെരുമാറേണ്ട ചില നിമിഷങ്ങൾ ആയിരിക്കും അതിൽ ഉണ്ടാവുക. ഇത്തരം സാഹചര്യങ്ങളിലൂടെ കടന്നുപോയവർക്ക് പിന്നീട് അനുഭവിച്ചേക്കാവുന്ന ഒരു വലിയ പ്രശ്നം ആണ് ഇനി ജീവിതത്തിൽ വരുന്ന ഒരു ബന്ധങ്ങളിലും വിശ്വാസം ഇല്ലാത്ത അവസ്ഥ. ഒപ്പം ഉണ്ട് എന്ന് പറഞ്ഞു വിശ്വസിപ്പിച്ച് കൂടെ കൂടിയവർ ആയിരിക്കും ഒരു യാത്ര പോലും ചോദിക്കാതെ ഇറങ്ങിപോവുന്നത്. അവരുടെ വാക്കുകളെ വിശ്വസിച്ച് നിന്നവർക്ക് അത് ഒരു വലിയ നഷ്ടമായി തോന്നും. ഒരിക്കലും നമ്മുടെ ശത്രുക്കൾ ആയിരിക്കില്ല ഇത്തരം വിശ്വാസവഞ്ചന കാണിക്കുന്നത്. ജീവിതത്തിൽ എല്ലാ പരീക്ഷണങ്ങളും ഒറ്റക്ക് നേരിട്ട് എല്ലാ മുറിവുകളും ഉള്ളിൽ കൊണ്ട് നടന്നു. ആരോടും ഒന്നും പറയാതെ പുറമെ വളരെ ധൈര്യം കാണിച്ച് ജീവിക്കാൻ ശ്രമിക്കുന്നവർ നമുക്കിടയിൽ ഉണ്ടാവും. അവരെല്ലാം വഞ്ചിക്കപ്പെട്ടത് സ്നേഹത്തിന്റെ പേരിലായിരിക്കും. നമ്മളോട് അവർ കാണിച്ചത് സ്നേഹമാണോ അഭിനയമാണോ എന്നതിന് കാലം എത്ര കഴിഞ്ഞാലും ഒരു ഉത്തരം കിട്ടാൻ ബുദ്ധിമുട്ടാണ്. ഇത്തരം മുറിവേറ്റവർ എല്ലാ ആഘോഷങ്ങൾക്ക് ഇടയിൽ നിന്നും തന്നിലേക്ക് തന്നെ ഉൾവലിഞ്ഞ് ഇരിക്കാൻ പാകപ്പെട്ടവർ ആണ്. അവരുടെ ഹൃദയം വളരെ കാട്ടിയുള്ളതായിമാറിയിട്ടുണ്ടാവാം. പിന്നീട് എത്ര കാലം കഴിഞ്ഞാലും, എത്ര ആളുകൾ ജീവിതത്തിൽ വന്ന് പോയാലും

തനിക്കേറ്റ മുറിവിന്റെ മുറിവിന്റെ ആഴത്തിൽ അവർ ആളുകളെ മാറ്റിനിർത്തിയിരിക്കും. മനുഷ്യരിൽ വിശ്വാസം ഇല്ലാത്ത മനുഷ്യരായിരിക്കുന്നത് നല്ല ബുദ്ധിമുട്ട് ഉള്ള കാര്യമാണ്. എന്ത് പ്രശ്നങ്ങൾ ഉണ്ടാവുമ്പോഴും മറ്റൊരാളെയും അറിയിക്കാതെ സ്വയം ഉൾവലിഞ്ഞിരിക്കുന്നത് മരണത്തിനും ഭീകരമായിരിക്കും. ഇനി ഇതിൽ നിന്നെല്ലാം സ്വയം നമ്മളെ രക്ഷപ്പെടുത്തിയെടുക്കാനും ഇനിയും അതുപോലൊരു സാഹചര്യം ഉണ്ടാവാതിരിക്കാനും ശ്രദ്ധിക്കേണ്ടത് സ്വന്തം ജീവിതം മറ്റൊരാൾക്ക് കണ്ട്രോൾ ചെയ്യാൻ കൊടുക്കാതിരിക്കുക. നമ്മുടെ നല്ലതിന് വേണ്ടി എന്ന് പറയുമ്പോഴും പിന്നീടൊരിക്കൽ അത് ഒരു പ്രശ്നം ആയേക്കാം

Stand up for yourself. It will improve your happyness and peace in life.

നമ്മുടെ അതിരുകളും കുറവുകളും സ്വയം തിരിച്ചറിയണം. മറ്റുള്ളവരെ സന്തോഷിപ്പിക്കാനായിട്ട് സ്വന്തം ആഗ്രഹങ്ങൾ ഉപേക്ഷിക്കാനോ, നിങ്ങൾക്ക് പറ്റാത്ത കാര്യങ്ങൾ ചെയ്യാനോ നിൽക്കരുത് അത് പിന്നീട് ബുദ്ധിമുട്ട് ഉണ്ടാക്കും. അതുപോലെ തന്നെ പ്രധാനമാണ് നിങ്ങൾക്ക് ഇഷ്ടമില്ലാത്തത് എന്തൊക്കെ ആണ് എന്ന് കണ്ടെത്തേണ്ടത് ചില സംസാരരീതി, സാഹചര്യങ്ങൾ ഒന്നും നമുക്ക് ഉൾക്കൊള്ളാൻ കഴിഞ്ഞു എന്ന് വരില്ല. അത്തരം സന്ദർഭങ്ങളിൽ നിന്നും ഒന്ന് പുറത്ത് പോകാൻ വരെ പേടിച്ചിരിക്കുന്നത് അവിടെ അനുവാദം വാങ്ങൽ എന്നൊരു ചടങ്ങ് അത്യാവശ്യം ആണ്. എല്ലാ ദിവസവും ജോലിക്ക് പോകുന്ന അവർക്ക് മാസത്തിലൊരിക്കൽ ഒരു സിനിമ കാണണം എന്നുണ്ടേൽ അവിടെ കള്ളം പറഞ്ഞു പോകേണ്ടി വരുന്നു. സത്യം പറഞ്ഞാൽ തന്നെപറ്റി അവർ എന്ത് വിചാരിക്കും എന്ന പേടി. സാമ്പത്തികമായി വരുമാനം ഉണ്ടായിട്ടും സ്വാതന്ത്ര്യം അനുഭവിക്കാത്തവരും, സ്വാതന്ത്ര്യം വേണം എന്ന ചിന്ത പോലും ഇല്ലാത്തവരും ഒക്കെ നമുക്കിടയിൽ ഉണ്ട്. നമ്മുടെ അഭിപ്രായവും, വികാരങ്ങളും, ചിന്തകളും എപ്പോഴും വ്യക്തമായിരിക്കണം. മറ്റുള്ളവർ എന്ത് കരുതും എന്ന് വിചാരിച്ച് ഒരിടത്തും അഭിപ്രായം പറയാതിരിക്കരുത്. നമ്മൾ നമ്മളോട് തന്നെ സത്യസന്ധർ ആയിരിക്കണം. കാരണം നമ്മുടെ വികാരങ്ങൾക്കും പ്രാധാന്യം ഉണ്ട്. നമ്മുടെ അഭിപ്രായങ്ങളെയും, വികാരങ്ങളെയും, ചിന്തകളെയും

കളിയാക്കാൻ ആർക്കും അവകാശം ഇല്ല. ഓരോ അനുഭവങ്ങളും ഇതുപോലെ ഒരുപാട് അറിവുകൾ നമുക്ക് തരുന്നുണ്ട്. ആ പാഠം വ്യക്തമായി പഠിക്കാൻ ശ്രമിക്കാം.

9

പാരന്റിങ്

Do not let your children do anything that makes you dislike തീം

നമ്മുടെ മാതാപിതാക്കൾ നമ്മളെ വളർത്തുമ്പോൾ അവർക്ക് ഒത്തിരി സ്വപ്നങ്ങൾ ഉണ്ടാവും. അവർക്ക് ലഭിക്കാത്ത സൗഭാഗ്യങ്ങൾ സുഖങ്ങൾ ഒക്കെ നമുക്ക് ലഭിക്കണം. നമ്മുടെ നന്മക്ക് വേണ്ടി പ്രാർത്ഥിക്കും കാരണം ഏതൊരു അച്ഛനും അമ്മയും അവരുടെ മക്കളിൽ അവരെ തന്നെയാണ് കാണുന്നത്. മക്കൾക്ക് ഉണ്ടാവുന്ന നന്മയും തിന്മയും അവർക്കും സങ്കടവും, സന്തോഷവും നൽകുന്ന കാര്യങ്ങൾ ആയിരിക്കും. എന്നാൽ എല്ലാ മനുഷ്യരും സ്വാതന്ത്ര്യരാണ്. ഒരു പ്രായം എത്തിയാൽ പ്രത്യേകിച്ച് കൗമാരം ആയാൽ ഓരോ കുട്ടികളും സ്വന്തം ഇഷ്ടങ്ങൾ പറയാനും കാണിക്കാനും തുടങ്ങും. അത് അംഗീകരിക്കാൻ മിക്ക മാതാപിതാക്കളും തയ്യാറാവില്ല. കാരണം ഭയമാണ്. അവരുടെ ജീവിതാനുഭവം വച്ച് അവർ ഭാവിയിൽ ഉണ്ടാവുന്ന ഭവിശ്യത്തിനെ കുറിച്ച് ചിന്തിക്കും പക്ഷെ കുട്ടികൾ അവരുടെ ആഗ്രഹത്തിൽ കോൺഫിഡന്റ് ആയിരിക്കും. ഇത്തരം സാഹചര്യങ്ങളിൽ സംഭവിക്കേണ്ടത് മക്കളുടെ ആഗ്രഹങ്ങൾ അറിഞ്ഞു കഴിഞ്ഞാൽ പഴയ ചിന്താരീതി മാറ്റി പുതിയ ചിന്തകൾക്ക് അവസരം കൊടുക്കുക എന്നതാണ്. ഒപ്പം അവരുടെ കൂടെ ഒരു സെക്യൂരിറ്റി ആയി അവരെ ശല്യം ചെയ്യാതെ സഞ്ചരിക്കുക. അതുപോലെ മക്കൾ എന്ന നിലയിൽ മാതാപിതാക്കൾ നിങ്ങളുടെ സ്വപ്നത്തിന് 'നോ ' എന്ന് പറഞ്ഞിട്ടുണ്ടെങ്കിൽ അതിന്റെ കാരണം എന്തെന്ന് ചോദിച്ച് മനസിലാക്കുകയും വേണം. എന്നിട്ട് കുറച്ച്

സമയം ചിന്തിച്ച് വേണം അവസാന തീരുമാനത്തിൽ എത്താൻ. ഇഷ്ടങ്ങൾ പരസ്പരം തുറന്നു പറയുക. നല്ലത് തിരിച്ചറിയുക സ്വന്തമാക്കുക കൂടെ നിർത്തുക.

കംഫേർട്ട് പേരെന്റിംഗ്

കംഫേർട്ട് പേരെന്റിംഗ് കുട്ടികളെ ഉത്തരവാദിത്വങ്ങൾ ഒന്നും ഏല്പിക്കാതെ വളർത്തിയിട്ട് പിന്നെ പേരെന്റ്സ് വളർത്തിയ കണക്ക് പറഞ്ഞ് അവർ പറയുന്നപോലെ ജീവിക്കണം എന്ന് പറയുന്നത്. കുട്ടികൾ സ്വന്തമായി തീരുമാനങ്ങൾ എടുക്കാൻ തുടങ്ങുമ്പോൾ അവർക്ക് അതിനുള്ള കഴിവില്ല എന്ന് പറഞ്ഞ് അവരുടെ തീരുമാനത്തിനെ ബഹുമാനിക്കാത്ത എത്രയോ മാതാപിതാക്കൾ ഇന്ന് നമുക്കിടയിൽ ഉണ്ട്. ഇത്തരം കാരണങ്ങൾ കൊണ്ട് കുട്ടികളിൽ വരുന്ന ഡിപ്രെഷനെ പോലും മാതാപിതാക്കൾ തള്ളിക്കളയുന്നു. ഇതൊന്നും പറഞ്ഞാൽ പല മാതാപിതാകൾക്കും മനസിലാവില്ല എന്നതാണ് യാഥാർഥ്യം. അവർ ചിന്തിക്കുന്നത് ഈ അടിക്കുന്നതും വഴക്ക് പറയുന്നതും ഒക്കെ കുട്ടിയുടെ നന്മക്കും നല്ല ഭാവിക്കും വേണ്ടിയല്ലേ എന്ന ചിന്തയിലാണ്. എന്നാൽ കുട്ടിയുടെ ഭാവിക്ക് യഥാർത്ഥത്തിൽ എന്താണ് സംഭവിക്കുന്നത്? ടോക്സിക് പരന്റിങ്ങിനെ പറ്റി പറഞ്ഞു മനസിലാക്കാൻ ശ്രമിച്ചാൽ "ഇതൊക്കെ നിനക്കൊരു അമ്മയാവുമ്പോൾ മനസിലാവും എന്ന ക്ലിഷേ ഡയലോഗ് ആയിരിക്കും മറുപടി. കുട്ടികളിലെ ആത്മവിശ്വാസത്തെ തകിടം മറിക്കുന്ന ഒന്നാണ് ഇത്."ശാപം "എന്ന തുറുപ്പു ചീട്ട് ഉപയോഗിച്ച് കുട്ടികളെ അവരുടെ വഴിക്ക് കൊണ്ടുവരുന്നു. എന്നാൽ കുട്ടികൾക്ക് വേണ്ട ക്വാളിറ്റി ടൈം നൽകാൻ പല പരന്റ്സിനും സമയമില്ലതാനും. മക്കളുടെ സമ്മതം പോലും ചോദിക്കാതെ കല്യാണം കഴിപ്പിച്ചു വിടുന്ന മാതാപിതാക്കൾ, കുടുംബസ്വത്ത് പ്രതീക്ഷിച്ചു ജോലിക്ക് പോവാത്ത കുടുംബനാഥൻ /നാഥ ഇതെല്ലാം കംഫേർട്ട് പറന്റിങ്ങിൽ ജീവിച്ചു വന്ന കുട്ടിക്ക് പിന്നീട് സംഭവിക്കാൻ സാധ്യതയുള്ളതാണ്. എവിടെ, എങ്ങനെ, ആരോട് 'നോ ' പറയണം എന്ന കാര്യത്തിൽ കുട്ടി കൺഫ്യൂസ്സ്ഡ് ആവുന്നു. ഇന്ത്യൻ പറന്റിങ്ങിൽ ഒട്ടും കണ്ട് വരാത്ത ഒന്നാണ് കുട്ടിക്ക് കിട്ടേണ്ട പ്രൈവസിയെ മാനിക്കാതെ അവരുടെ എല്ലാ കാര്യങ്ങളിലും പരന്റ്സ് ഇടപെടുന്നത്.

ഓരോ കുട്ടിയിലും വളർത്തിയെടുക്കേണ്ടത് സെൽഫ് റെസ്പെക്ട് ഓടുകൂടി ജീവിതത്തെ മുന്നോട്ട് നയിക്കാനുള്ള ബോധമാണ്. കുടുംബം എന്ന കൃത്രിമ വ്യവസ്ഥിതിയുടെ അത്താണിയായി ഇന്നും നിലനിൽക്കുന്നത് പ്രത്യുൽപാധനവും കുട്ടികളെ വളർത്തലുമാണ്. വളരെ കാലങ്ങൾക്കിപ്പുറവും വലിയ ഒരു ജനസംഖ്യയിൽ ഒരു മാറ്റവും വരാത്ത ഒരു പ്രതിഭാസം തന്നെയാണിത്. എന്താണ് ശരിയായ പ്രശ്നം, സ്വന്തം മക്കൾ പെർഫെക്ട് ആയിരിക്കണം എന്നും അവർക്കൊരു പെർഫെക്ട് ലൈഫ് ഉണ്ടാകണമെന്നും അത് ഞങ്ങളാണ് ഉണ്ടാക്കി കൊടുക്കേണ്ടത് എന്നും അതിലുപരി എനിക്ക് ഉണ്ടായ ദുഃഖങ്ങൾ അവർക്ക് ഉണ്ടാവരുത് എന്നും അവർ വിചാരിക്കുന്നു. പെർഫെക്ട് ഈ വാക്കിന് ഒരു പ്രശ്നമുണ്ട്, എക്സ്പീരിയൻസിംഗ് സംതിങ് ന്യൂ എന്നൊരു പ്രതിഭാസം അതിലുണ്ടാവില്ല. ഗാന്ധിജി പറഞ്ഞതുപോലെ തെറ്റ് ചെയ്യാനുള്ള അവകാശവും പിന്നീട് അത് തിരുത്താനും ആവർത്തിക്കാതിരിക്കാനുമുള്ള അറിവാണ് ഒരു മനുഷ്യനുണ്ടാകേണ്ടത്. അച്ഛന്റെ ചീത്ത വിളിയെയും അമ്മയുടെ ചൂരലിനെയും പേടിച്ചാവരുത് നമ്മൾ ഒരു കാര്യം ചെയ്യാതിരിക്കേണ്ടത്, തെറ്റാണെന്ന ബോധ്യത്തോടെയാകണം. അതുണ്ടാക്കികൊടുക്കുക എന്നുള്ളതിലാണ് കാര്യം. ഒരു കുട്ടിയെ എല്ലാത്തിലും പെർഫെക്ട് ആകാൻ നോക്കുമ്പോൾ സമൂഹത്തിൽ ചിലപ്പോൾ അവൻ വിജയിച്ചേക്കാം എന്നാൽ സ്വയം അവർ അവരെ തന്നെ വിലയിരുത്തുമ്പോൾ യഥാർത്ഥത്തിൽ താൻ വിജയിച്ചോ എന്ന ചോദ്യം അവർക്കുള്ളിൽ വരുന്നു. എല്ലാ സമയവും അച്ഛനും അമ്മയും മക്കൾക്ക് വേണ്ടി ജീവിക്കണം എന്നതിലല്ല കാര്യം. സ്വയം ഉണ്ടാക്കാനും അത് നേടിയെടുക്കാനുള്ള പ്രയത്നങ്ങളും ഒക്കെ ഒരു കുട്ടി കണ്ട് പഠിക്കേണ്ടത് അവന്റെ പറന്റ്സിൽ നിന്ന് തന്നെയാവട്ടെ. മക്കൾക്ക് വേണ്ടി സ്വന്തം സ്വപ്നങ്ങൾ ഉപേക്ഷിച്ച മാതാപിതാക്കളെക്കാൾ മക്കൾക്ക് ഇഷ്ടം സ്വയം ഒരു വ്യക്തിത്വം സൂക്ഷിച്ച് മക്കളുടെ ആവശ്യങ്ങൾക്ക് കൂടെ നിൽക്കുന്ന പറന്റ്സിനെയാവും. ജീവിതത്തിൽ അവർ തളർന്നുപോവുന്ന സമയത്ത് ജീവിതം ഇങ്ങനെയാണ് ഉയർച്ച താഴ്ചകൾ അനിവാര്യമാണ് എന്ന് പറഞ്ഞു പഠിപ്പിക്കുന്നത് അവരുടെ സ്വന്തം പരന്റ്സ് തന്നെയാവുമ്പോൾ അത് അവർക്ക് പകർന്നു കൊടുക്കുന്ന

ആത്മവിശ്വാസം വളരെ വലുതായിരിക്കും. പിന്നീട് ജീവിതത്തിലെ ഏത് പ്രതിസന്ധിഘട്ടങ്ങളെയും നേരിടാനുള്ള ധൈര്യം അവർക്ക് അതിൽ നിന്നും ലഭിച്ചേക്കാം. മക്കളോടുള്ള അമിതമായ കരുതൽ ഒരിക്കലും അവർക്ക് ഒരു ബാധ്യതയാവുന്ന രീതിയിൽ പ്രകടിപ്പിക്കരുത്. തെറ്റും ശെരിയും സ്വയം മനസിലാകാനുള്ള വിവരവും, ഗുഡ് ടച്ച് ആൻഡ് ബാഡ് ടച്ച് നെക്കുറിച്ചും, മനുഷ്യത്വത്തെകുറിച്ചും എല്ലാം അവരെ പറഞ്ഞു പഠിപ്പിക്കുക. സ്വന്തം മക്കൾ എന്നതിലുപരി അവർ ഒരു വ്യക്തി ആണ് എന്ന തിരിച്ചറിവോടുകൂടി അവരോട് പെരുമാറുക. നിങ്ങളുടെ എല്ലാ സമയവും അവർക്ക് കൊടുക്കാതെ നിങ്ങളിലെ ഏറ്റവും ബെസ്റ്റ് ക്വാളിറ്റി ടൈം അവർക്ക് ഒന്ന് കൊടുത്തു നോക്ക്. നിങ്ങൾക്ക് കാണാൻ പറ്റും അവരിലെ നല്ല മാറ്റങ്ങളെ. നിങ്ങൾക്ക് സാധികാതെ പോയ സ്വപ്നങ്ങൾ അല്ല അവർ നേടിയെടുക്കേണ്ടത് ആ സ്വപ്നങ്ങൾ നിങ്ങളുടേതാണ് അതിനെ നേടിയെടുക്കാനുള്ള ഉത്തരവാദിത്വം നിങ്ങളുടേത് മാത്രമാണ്. കുട്ടികൾ കണ്ടുപിടിക്കട്ടെ അവരുടെ ലക്ഷ്യം എന്താണെന്ന്. വ്യക്തി സ്വാതന്ത്ര്യം ഇല്ലാതെ വളരുന്ന ഒരു കുട്ടി എങ്ങനെയാണ് സ്വന്തം ഇഷ്ടങ്ങളെകുറിച്ച് മനസ്സിലാക്കുന്നത്. മക്കളെ വളർത്തുന്നത് 18 വരെ അല്ല 40 തിലും അവരെ വളർത്തികൊണ്ടിരിക്കുകയാണ്. തന്റെ മക്കൾ എന്ന് പറഞ്ഞു അനാവശ്യമായി സ്വാതന്ത്ര്യം എടുത്ത് അവരുടെ ലൈഫ് തന്നെ നശിപ്പിക്കുകയാണ് ടോക്സിക് പറന്റ്റിംഗിന് അടിമപ്പെടുന്ന മാതാപിതാക്കൾ ചെയ്യുന്നത്. മക്കളുടെ വളർച്ചയെ നശിപ്പിച്ചു താൻ പറഞ്ഞ വഴിയിൽ കൂടി മാത്രം തന്റെ മക്കൾ സഞ്ചരിക്കണം എന്ന് പറഞ്ഞു ആ മക്കളെ എല്ലാ രീതിയിലും നശിപ്പിക്കുന്നു. സ്വന്തമായി ഒരു ചായ ഇടാൻ പോലും കഴിയാത്ത തരത്തിൽ അവരെ നശിപ്പിക്കുന്നു. സമൂഹത്തിൽ ഓരോ വ്യക്തികളെയും അവരുടെ അഭിപ്രായങ്ങളെയും, ചോയ്സ്കളെയും റെസ്പെക്ട് ചെയ്തും, അതിനെ റെസ്പെക്ടറ്റോടുകൂടി എതിർത്തും അനുകൂലിച്ചും എല്ലാവർക്കും എല്ലാവരെയും വ്യക്തിപരമായി വ്യക്തികളായി, കാണാൻ കഴിഞ്ഞാൽ ഇത്തരം പ്രശ്നങ്ങളെ ഒരുപരിധി വരെ തടയാൻ കഴിയും.അതുപോലെ അധികം എക്സ്പ്രസ്സ് ചെയ്യാത്ത ആളുകൾ അനുഭവിക്കേണ്ടി വരുന്ന ഒരുപാട് ബുദ്ധിമുട്ട് ഉണ്ട്. അതിനു കാരണം

ധാരാളം സംസാരിക്കുന്നവർ സ്മാർട്ട് ആയവരും, അവർ ജീവിതത്തിൽ ഉയരങ്ങളിൽ എത്തും എന്നും പൊതുവെ എല്ലാവരുടെയും വിശ്വാസം. ഒരു കുട്ടിയുടെ ഭാവി നിർണ്ണയിക്കുന്നത് തന്നെ ചെറിയ പ്രായത്തിൽ അവർ അനുഭവിക്കേണ്ടി വരുന്ന അനുഭവങ്ങളിൽ നിന്നുമാണ്. ആ ചെറിയ പ്രായത്തിൽ തന്നെ "നിന്നെ കൊണ്ട് ഒന്നിനും കൊള്ളില്ല എന്നൊരു തൊന്നൽ"അവരുടെ മനസ്സിൽ തോന്നിയാൽ പിന്നെ, ആ കുട്ടിയുടെ ഭാവി വളരെ പ്രയാസമായിരിക്കും. എന്തോരു പുതിയ കാര്യം ചെയ്യാൻ തുടങ്ങുമ്പോഴും. അവർക്ക് ആ ചെറിയ പ്രായത്തിൽ നടന്ന കാര്യത്തിൽ നിന്നും കിട്ടിയ ഭയം അവരെ പിന്തിരിപ്പിക്കാൻ ശ്രമിക്കും. അക്കാഡമിക് നിലവാരം നോക്കി കുട്ടികളെ വിലയിരുത്താത്ത അധ്യാപകരുപോലും അധികം പ്രകടിപ്പിക്കുന്ന കുട്ടികളെ മാത്രം ചിലപ്പോൾ സ്മാർട്ട് ആയി പരിഗണിക്കാറുണ്ട്. ബാല്യം ഒരു വ്യക്തിയുടെ മാനസിക വളർച്ചക്ക് അടിത്തറയിടുന്ന കാലമാണ്. അതുകൊണ്ട് തന്നെ നമ്മുടെ കുട്ടികളുടെ ഭാവി സുരക്ഷിതമാക്കുന്നതിന് അക്കാഡമിക്കലി കിട്ടുന്ന മാർക്കിന് മാത്രം കഴിയില്ല. അതിനോടൊപ്പം തന്നെ മുൻതൂക്കം കൊടുത്ത് ശ്രദ്ധിക്കേണ്ട ഒന്നാണ് മാനസികമായി അവർ എങ്ങനെയിരിക്കുന്നു എന്നത്. അവരുടെ മാതാപിതാക്കൾ എന്ന നിലയിൽ നിങ്ങൾ ഒരു ടോക്സിക് പരന്റ് ആവാതിരിക്കാൻ ശ്രമിക്കുക. അത് നിങ്ങളെക്കാൾ ഏറെ അവർക്ക് ഉപകാരപ്പെടും. ഒരു കുട്ടി ഇമോഷണലായി കൂടി വളരുമ്പോൾ ഭാവി ജീവിതത്തിലെ പല പ്രശ്നങ്ങളെയും നല്ല വിവേകത്തോടുകൂടി നേരിടാൻ അവർക്ക് കഴിയും. നമുക്ക് വേദന ഉണ്ടാകുന്ന പല സാഹചര്യങ്ങളിലും സമൂഹം എന്ത് പറയും എന്ന ചിന്ത കൊണ്ട് സഹിച്ചു ജീവിക്കുന്ന ഒരു കൾച്ചർ വരാൻ കാരണം തന്നെ ഇത്തരം ടോക്സിക് പരന്റിങ്ങിന്റെ ഭാഗമായി വളർന്നു വന്ന ആളുകൾ ആയിരിക്കും. ഉദാഹരണത്തിന് ഒരു കുടുംബത്തിന്റെ മുഴുവൻ സാമ്പത്തിക കാര്യങ്ങൾ നോക്കുന്നത് ഭാര്യയാണെങ്കിലും, ഭർത്താവിന്റെ ആ ഉത്തരവാദിത്വമില്ലായ്മ മുഴുവൻ സഹിച്ച് കുടുംബം മുന്നോട്ട് നയിക്കുന്ന ഒരുപാട് സ്ത്രീകൾ ഉണ്ട്. കാരണം അവരുടെ വിശ്വാസപ്രകാരം ജീവിതത്തിൽ ഒരു ആൺ തുണ അത്യാവശ്യം ആണ്. അതിന് വേണ്ടി അവർ എന്ത് ത്യാഗവും സഹിക്കാൻ തയ്യാറുമാണ്. ഇത് സമൂഹത്തിന് മുന്നിൽ ചെറുതാവരുത് എന്ന ചിന്തയിൽ നിന്നും

വരുന്നതാണ്. ഇതുപോലെ തിരിച്ചും സംഭവിക്കാം. ഒരു തരത്തിലും ഒത്തുപോവില്ലാത്ത ഭാര്യയെ സഹിക്കുന്ന ഭർത്താക്കന്മാരും ഉണ്ടാവും. ത്യാഗമാണ് ഏറ്റവും മഹത്തരമായ ഒരു കാര്യം എന്ന വിശ്വാസത്തിന്റെ പുറത്ത് സ്വന്തം ഇഷ്ടങ്ങൾ എല്ലാം കാറ്റിൽ പറത്തികളയുന്ന എത്രയോ ആളുകൾ ഒടുവിൽ ആർക്കുവേണ്ടിയാണോ എല്ലാം ഉപേക്ഷിച്ചത് അവർ തന്നെ നിങ്ങളെ ഉപേക്ഷിക്കുന്ന സമയത്ത് നഷ്ട്ടമാവാൻ പോലും കയ്യിൽ ഒന്നും ഇല്ലാത്ത അവസ്ഥയിൽ ആയിരിക്കും നിങ്ങൾ ഉണ്ടാവുക. അപ്പോൾ പരസ്പരം കുറ്റപ്പെടുത്തിയിട്ടോ, പ്രതികാരം ചെയ്തിട്ടും ഒരു കാര്യവും ഉണ്ടാവില്ല. ഹൃദയം കൊടുത്തത് കൊണ്ട് പ്രണയത്തിൽ നിന്നും പിന്മാറാൻ പറ്റാത്തവരും, താലികെട്ടിപോയതുകൊണ്ട് വേർപിരിയാത്ത ദമ്പതികളും, ഇഷ്ടമില്ലാത്ത ജോലി പല സാഹചര്യങ്ങൾ കൊണ്ട് ചെയ്യേണ്ടി വരുന്നവരും അങ്ങനെ ഓരോരുത്തർക്കും ഓരോ സാഹചര്യങ്ങൾ ആയിരിക്കും. ഇത്തരം സാഹചര്യങ്ങൾ ആർക്കും സംഭവിക്കാം. അതിൽ നിന്നും നഷ്ടമായ പ്രതീക്ഷയെല്ലാം വീണ്ടെടുത്ത് വീണ്ടും സമാധാനത്തോടെ ധൈര്യമായി ജീവിക്കാൻ പറ്റുന്നവർ ആയിരിക്കും യഥാർത്ഥത്തിൽ ജീവിതം വിജയിച്ചവർ.

10

പദവി

Stand up straight with your shoulders straight

നമ്മുടെ സമൂഹത്തിൽ ഒരു മാറ്റവും ഇല്ലാതെ തുടർന്നു പോകുന്ന ഒന്നാണ് "class discrimination " നെ ആസ്പദമാക്കി ആളുകൾക്ക് കിട്ടുന്ന ബഹുമാനവും, അവസരവും പോലെ ഉള്ള കാര്യങ്ങൾ. മാളുകൾ തൊട്ട് സാധാരണ കടകളിൽ പോലും class discrimination ഒരു പരിധി വരെ കാണാൻ കഴിയും. ഒരു വ്യക്തിക്ക് എത്ര ബഹുമാനം കൊടുക്കണം എന്ന് നിശ്ചയിക്കുന്നത് അയാളുടെ സോഷ്യൽ പദവി, സമ്പത്ത്, നിറം, അംഗീകാരം തുടങ്ങി ഒരുപാട് മാനദണ്ഡങ്ങളിലൂടെയാണ്. അതുകൊണ്ടാവാം നമ്മൾ ഒരു വ്യക്തിയെ പരിചയപ്പെടുമ്പോൾ നിങ്ങൾ എന്ത് ചെയ്യുന്നു എന്ന ചോദ്യം ആദ്യം വരുന്നത്. അതിന് ഉത്തരം കിട്ടി കഴിഞ്ഞാലെ ആ വ്യക്തിയോട് എങ്ങനെ പെരുമാറണം, എന്ത് വിളിക്കണം എന്ന കാര്യം തീരുമാനിക്കാൻ പറ്റു.

വ്യക്തികളെ അവരുടെ ജീവിതനിലവാരവും ചെയ്യുന്ന ജോലിയുടെയും അടിസ്ഥാനത്തിൽ അപ്പർ, അപ്പർ മിഡിൽ, ലോവർ മിഡിൽ, വർക്കിങ് ക്ലാസ്സ്, പുവർ എന്നിങ്ങനെ തരംതിരിക്കപ്പെട്ടിട്ടുണ്ട്. എന്നാൽ നമ്മുടെ നാട്ടിലെ ക്ലാസ്സ് വേർതിരിവ് ഇതിൽ മാത്രം ഒതുങ്ങുന്നില്ല. ജാതിയിലും മതത്തിലും എല്ലാം ഈ വേർതിരിവ് കാണാൻ സാധിക്കും മറ്റുള്ളവരുടെ ജാതി എന്താണ് എന്നറിയാൻ പല വഴികൾ തേടുന്നത് കണ്ടിട്ടുണ്ട്. പേരിൽ നിന്നും നിറത്തിൽ നിന്നും

കിട്ടിയില്ലെങ്കിൽ സ്ഥലവും കുടുംബവും അറിയേണ്ടി വരും. എന്നിട്ട് അതിനനുസരിച്ചാണ് പിന്നെയുള്ള പെരുമാറ്റം, താഴ്ന്ന ജാതി എന്ന് സമൂഹം വിശ്വസിക്കപെടുന്ന ഒരാൾ ഉയർന്ന പദവിയിൽ എത്തിയാലും അവിടെയും ഈ വേർതിരിവ് കാണാൻ ഇടയുണ്ട്. നമ്മുടെ സാമ്പത്തിക സ്ഥിതി അനുസരിച്ച് ആളുകളുടെ നിറം മാറുന്നതും കാണാൻ സാധിക്കും. സാമ്പത്തികമായി ഒന്ന് താഴെപോയി കഴിഞ്ഞാൽ കുറഞ്ഞു പോകാവുന്ന സൗഹൃദങ്ങളും റിലേഷനുകളും മാത്രമേ ചിലപ്പോൾ നമ്മുടെ ചുറ്റും ഉണ്ടാവാൻ ഇടയുള്ളു. സൗഹൃദങ്ങൾ ആഴമേറിയതെങ്കിൽ എന്തുകൊണ്ടാവാം പലരുടെയും ഫ്രണ്ട് ലിസ്റ്റ് ഒരു സ്ഥലത്ത് നിന്ന് മറ്റൊരു സ്ഥലത്തേക്ക് ചേക്കേറുമ്പോൾ വെട്ടി തിരുത്തപെടുന്നത് ഇവിടെയാണ് എല്ലാ ബന്ധങ്ങളുടെയും വ്യാപ്തി കൃത്യമായി അളക്കപ്പെടുന്നത്.ഈ വെട്ടിച്ചുരുക്കലിൽ നിന്നാണ് ജീവിതാവസാനം വരെ കൂടെ നിൽക്കുന്ന ആത്മാർത്ഥ ബന്ധങ്ങളെ കണ്ടെത്താൻ സാധിക്കുക. നമ്മുടെ പേരും, പദവിയും, ജാതിയും, മതവും, നിറവും, സമ്പത്തും നോക്കാതെ നിങ്ങൾ എന്ന വ്യക്തിയെയും സ്വഭാവത്തെയും ഇഷ്ട്ടപെടുന്നവർ ആണെങ്കിൽ അവർ നിങ്ങളുടെ വിജയം ആഗ്രഹിക്കുകയും, ആഘോഷിക്കുകയും ചെയ്യുന്നവർ ആയിരിക്കും. അതുപോലെ നിങ്ങളുടെ തോൽവിയെയും കുറവുകളെയും കാര്യമായി എടുക്കാത്തവരും വീണ്ടും പരിശ്രമിക്കാനുള്ള ഊർജം തരുന്നവരും ആവും. നമ്മുടെ സമൂഹം ഒരാളുടെ അച്ചീവ്മെന്റിന് മൂല്യം കൊടുക്കുന്നതിനേക്കാൾ അയാളുടെ കുടുംബം, സമ്പത്ത് ഇതിനെയൊക്ക മുൻഗണന നല്കുന്നവരാണ്. സ്വയം ഒരു സമ്പന്നൻ എന്ന് കാണിക്കാൻ വേണ്ടി മാളിൽ കയറുമ്പോൾ എഴുതി വച്ചിരിക്കുന്ന വിലയിൽ സാധനങ്ങൾ വാങ്ങിക്കാൻ നമുക്ക് ഒരു മടിയും കാണില്ല... എന്നാലും വഴിയരികിൽ അന്നത്തെ ആഹാരത്തിനുവേണ്ടി കച്ചവടം നടത്തുന്ന ആളുകളുടെ അടുത്ത് ചെന്ന് വിലപ്പെശുകയും ചെയ്യും. ഇതുപോലുള്ള വേർതിരിവ് ഏത് കാലത്തും നിലനിൽക്കും. കാരണം ഇതിന്റെ എല്ലാം അടിസ്ഥാനം പണവും പദവിയും കുടുംബമഹിമയും ഒക്കെയാവും. എല്ലാവരും ഒരേ പോലെ പണമുള്ളവരും പേരും പദവിയും ഉള്ളവർ ആവാൻ സാധ്യത വളരെ കുറവാണ്. എല്ലാവരും ഒരേ ക്ലാസ്സിൽ വരുന്ന ഒരു ഇക്കോണമി ഒരിക്കലും സാധ്യം ആവാൻ

സാധ്യത ഇല്ല. പിന്നെ ചെയ്യാവുന്ന ഒരു കാര്യം അറിവ് സമ്പാതിക്കുമ്പോൾ സമ്പത്തിന്റെയും പദവിയുടെയും ഒന്നും അടിസ്ഥാനത്തിൽ ആരും നല്ല വ്യക്തിയോ മോശം വ്യക്തിയോ ആവില്ല എന്ന തിരിച്ചറിവ് എപ്പോഴും മനസിലാക്കുക എന്നതല്ലേ.മോഡേൺ ഡ്രസ്സ് ഇടുന്ന കുലസ്ത്രീകളും കുലപുരുഷന്മാരും ഉള്ളത് കൊണ്ട് അവർക്ക് ഇടയിൽ നിന്ന് നമ്മുടെ ചിന്താഗതിക്ക് പറ്റിയ സൗഹൃദങ്ങൾ തിരഞ്ഞെടുക്കുന്നത് വളരെ ബുദ്ധിമുട്ടായിരിക്കും.ഇത്തരം ക്ലാസ്സിഫിക്കേഷനുകൾ കൊണ്ട് വരുന്ന മോശം പെരുമാറ്റം ഒഴിവാക്കാൻ ഇത് സഹായിക്കും.

11

സാമ്പസാമ്പത്തിക ഭദ്രത

സാമ്പത്തിക ഭദ്രത

Financial independence it's simply freedom and confidence And Self sufficiency is essential for all

ജോലി ഉണ്ട്, സാലറി ഉണ്ട് എന്നാലും നമ്മൾ സ്വതന്ത്രരാണോ? പ്രത്യേകിച്ച് പെൺകുട്ടികൾ. പഠിച്ചിട്ടില്ല, ജോലിയില്ല... പഠിക്കണം എന്നുണ്ട്! ഞാൻ എന്ത് ചെയ്യും?

ഇതുപോലുള്ള സാഹചര്യങ്ങൾ ഒരുപക്ഷെ നമ്മളിൽ കുറച്ച് പേരെങ്കിലും അനുഭവിക്കുന്നവർ ആയിരിക്കും. മറ്റൊരാളുടെ മുൻപിൽ കൈ നീട്ടാതെ ജീവിക്കാൻ സാധിക്കുക എന്നതാണ് ഒരു വ്യക്തിയുടെ ഏറ്റവും വലിയ വിജയം, എന്നാണ് ഞാൻ വിശ്വസിക്കുന്നത്, ശരിയായിരിക്കാം, ചിലപ്പോൾ തെറ്റായിരിക്കാം അല്ലായിരിക്കാം... അതെല്ലാം ഓരോരുത്തരുടെ ജീവിതാനുബവങ്ങൾക്ക് അനുസരിച്ചു മാറി വരും. പല സ്ത്രീകളും വിവാഹത്തിന് ശേഷം ജോലി ഉപേക്ഷിക്കുന്നതും പിന്നീട് അതോർത്ത് ദുഃഖിക്കുന്നതും ഒരുപാട് കണ്ടിട്ടുണ്ട്. ഇപ്പോൾ ജോലി ചെയ്യുന്നവർ ശ്രദ്ധിക്കേണ്ടത് . നിങ്ങൾക്ക് കിട്ടുന്ന സാലറിയിൽ നിന്നും എപ്പോഴും ഒരു തുക നിങ്ങൾക്ക് വേണ്ടി മാറ്റി വയ്ക്കുക അത്യാവശ്യം ആണ്. സാമ്പത്തിക ഭദ്രത നമുക്ക് തരുന്ന കോൺഫിഡൻസ് വളരെ വലുതായിരിക്കും ഏതെങ്കിലും സാഹചര്യത്തിൽ ജോലി വിട്ട് നിൽക്കേണ്ട ഒരു സാഹചര്യം നിങ്ങൾക്ക്

ഉണ്ടായാലും ധൈര്യമായിരിക്കാൻ നമ്മുടെ സ്വന്തം അധ്വാനത്തിൽ നിന്നും ഉണ്ടായ ആ തുക നമ്മളെ സഹായിക്കും. കാരണം ഇന്ന് കൂടെ ഉള്ള പലരും നാളെ ഉണ്ടായി എന്ന് വരില്ല. സ്വന്തമായി വരുമാനം ഉണ്ടാക്കുന്ന ഒരാൾക്കും ആരുടേയും മുൻപിൽ അടിയറവ് പറയേണ്ടി വരില്ല. ജോലിയുള്ള ആൺകുട്ടിയെ കൊണ്ടേ മകളെ കെട്ടിക്കു എന്ന് പറയാറുള്ള മാതാപിതാക്കൾ, ജോലിയുള്ള പെൺകുട്ടിയെ കൊണ്ടേ മകനെ കെട്ടിക്കു എന്ന് പറയാൻ ഇനിയും സമയം എടുക്കും. ഇവിടെ വേണ്ടത് നമുക്ക് സ്ട്രോങ്ങ് ആയി ഒരു തീരുമാനം എടുക്കാനുള്ള ധൈര്യം ഉണ്ടാവണം പലർക്കും അതാണ് ഇല്ലാത്തതും. മറ്റുള്ളവർ എന്ത് പറയും എന്ന് വിചാരിച്ച് അതിനെ പേടിച്ച് ഒന്നും ചെയ്യാതിരിക്കുന്നതാണ് തെറ്റ്. അവർ എന്തും പറയും അത് കാര്യം ആകണ്ട. നമുക്ക് ഒരു പ്രശ്നം വരുമ്പോൾ ഈ പറയുന്ന സമൂഹവും എന്തിന് സ്വന്തം കുടുംബം പോലും കൂടെ നില്കാത്ത സാഹചര്യങ്ങൾ അനുഭവിച്ച എത്രയോ ആളുകൾ നമുക്ക് ചുറ്റിലും ഉണ്ടാവാം. പഠിച്ചു ജോലി ചെയ്തു ക്യാഷ് ഉണ്ടാക്കി, ക്യാഷ് സേവ് ചെയ്തു..., ഇത് മാത്രം പോരാ ഇമോഷണൽ ഇൻഡിപെൻഡൻസ് വളരെ അത്യാവശ്യം ആണ്. കോടികൾ സമ്പാദിക്കുന്ന ഭർത്താവായാലും, അച്ഛനായാലും നിങ്ങൾക്ക് സ്വന്തമായി സമ്പാദിക്കുന്ന പണത്തിനു മൂല്യം കൂടും.ഒൻപതിലും പത്തിലും ഒക്കെ പഠിക്കുന്ന കുട്ടികളോട് പോലും നീ 2 വർഷം കഴിഞ്ഞാ കല്യാണം കഴിക്കാറായല്ലോ എന്ന് പറയുന്ന ആളുകൾ ഇപ്പോഴും ഉണ്ട്. ഇത്തരം ചോദ്യങ്ങൾ നേരിടുന്നവരുടെ മാനസികാവസ്ഥ എത്ര കഠിനമാണ്. പഠനവും ജോലിയും അത്യാവശ്യം ആണ് എന്ന ചിന്ത പെൺകുട്ടികൾക്ക് തന്നെ ഉണ്ടാവണം,

എന്നെ നോക്കാൻ വീട്ടുകാരുണ്ട് എന്നും പറഞ്ഞു ഒരു ഉത്തരവാദിത്വവും ഏറ്റെടുക്കാതെ നടക്കുന്ന ഒരുപാട് പേർ ഉണ്ട്. നമ്മുടെ ആഗ്രഹങ്ങൾക്കും ഉയർച്ചക്കും വേണ്ടി നമ്മൾ തന്നെയാണ് പ്രവർത്തിക്കേണ്ടത്. അതിന്റെ ഉത്തരവാദിത്വം മറ്റൊരാളെ ഏല്പിക്കരുത്.

കുടുംബജീവിതം ആവശ്യമാണ്. എന്ന് കരുതി അത് ഒരാളിലും അടിച്ചേൽപ്പിക്കാൻ ഉള്ളത് അല്ല. പെൺകുട്ടികൾ ഉള്ള മാതാപിതാക്കൾ അവരെ പഠിപ്പിക്കുക. ഒരു ജോലി വാങ്ങാൻ സഹായിക്കുക, അതിനുള്ള പ്രചോദനം നൽകുക, ജീവിക്കാനുള്ള

ധൈര്യം കൊടുക്കുക, എന്നിട്ട് കല്യാണത്തെകുറിച്ച് ചിന്തിച്ച് തുടങ്ങുന്നത് അല്ലേ നല്ലത്. അല്ലാതെ എടുത്ത് ചാടി കല്യാണം കഴിപ്പിച്ചിട്ട് ഡിവോഴ്സിന്റെയും ആത്മഹത്യയുടെയും വക്കിൽ എത്തിക്കാതെ ഇരിക്കുക,

അവരുടെ സ്വപ്നങ്ങൾക്ക് മുൻഗണന കൊടുത്ത് അവരെ വളരാൻ അനുവദിക്കണം. നമ്മുടെ ശരീരത്തിന്റെയും ഇഷ്ടങ്ങളുടെയും സമ്പാദ്യത്തിന്റെയും മേലുള്ള അവകാശങ്ങളെ പറ്റി സ്വയം ബോധം ഉള്ളവരായിരിക്കണം എല്ലാവരും. ഈ വിഷയത്തിൽ പെൺകുട്ടികൾ മാത്രമല്ല രക്ഷിതാക്കളും ആൺകുട്ടികളും സമൂഹവും ഒരുപോലെ മാറി ചിന്തിക്കണം. ജോലിയുള്ളതും പഠിച്ചതുമായ പെൺകുട്ടികളെ തന്റെ ആൺകുട്ടികൾക്ക് കല്യാണം കഴിപ്പിച്ച് കൊടുക്കില്ല എന്ന് പറയുന്ന ആളുകളെ മിക്കവാറും നിങ്ങൾ എവിടെങ്കിലും വച്ച് കണ്ട് കാണും കാരണം ചോദിച്ചാൽ അവർ പറയും അത്തരം പെൺകുട്ടികൾക്ക് അഹങ്കാരം കൂടുമെന്ന്.

കല്യാണം കഴിക്കാത്ത 25 വയസ്സുകഴിഞ്ഞ പെൺകുട്ടി 'നരച്ചുമൂത്ത കിളവി ' ആകുന്ന നാട്ടിലാണ് നമ്മൾ ജീവിക്കുന്നത്. മാറ്റം ഉണ്ടാവുന്നുണ്ടെങ്കിലും എത്ര പേർക്കാണ് അത് അനുഭവിക്കാൻ പറ്റുന്നത്. വീട്ടുക്കാർ സപ്പോർട്ട് ചെയ്യുമ്പോൾ നാട്ടുകാർ പ്രശ്നം ആക്കും. ആരുടെയെങ്കിലും കുത്തുവാക്കുകൾ കേൾക്കേണ്ടത് അത്യാവശ്യം ആണ്. പല പെൺകുട്ടികളും ഈ ജഡ്ജ്മെന്റിൽ നിന്നും രക്ഷപെടാൻ വേണ്ടിയായിരിക്കും മറ്റുള്ളവരുടെ ഇഷ്ടങ്ങൾക്ക് ഒത്ത് മാറുന്നത്. എല്ലാം കഴിഞ്ഞ് കഴിയുമ്പോൾ അതിൽ മിക്കവർക്കും ആ തീരുമാനം വേണ്ടായിരുന്നു എന്നു തോന്നും. അത് ചിലപ്പോൾ പലരെയും കടുത്ത നിരാശയിലേക്ക് എത്തിച്ചേക്കാം. അതുകൊണ്ട് സാമ്പത്തിക ഭദ്രത ഉണ്ടാകുന്നത് ഓരോ വ്യക്തിയുടെയും പ്രധാന ചുമതലയായി കാണുക.സാമ്പത്തിക സ്വാതന്ത്ര്യവും, വിദ്യാഭ്യാസവും മാത്രം പോര നല്ല വിവേകവും ആവശ്യമാണ്. എന്തിനും ഏതിനും മറ്റൊരാളോട് സമ്മതം ചോദിച്ച് അവരുടെ അനുവാദം എന്തോ വലിയ ക്രെഡിറ്റ് പോലെ പറയുന്ന ആളുകളെ കാണുമ്പോൾ സഹതാപം തോന്നാറുണ്ട്. ആ അനുവാദം വാങ്ങലിൽ നഷ്ടമാവുന്നത് സാമ്പത്തിക സ്വാതന്ത്ര്യം മാത്രം അല്ല, ഒരു കടയിൽ പോവണമെങ്കിൽ പോലും പരസഹായം നോക്കേണ്ടി വരും. മറ്റുള്ളവർക്ക് കംഫർട്ട്

ആയിരിക്കാൻ വേണ്ടി എത്ര പേർ സ്വന്തം ഇഷ്ടങ്ങൾ മാറ്റിവച്ചിട്ടുണ്ട്. ഇങ്ങനെ ചെയ്യുന്നത് നമ്മുടെ ലൈഫിൽ ഒരുപാട് വലിയ പ്രശ്നങ്ങൾ ഉണ്ടാക്കുന്നതാണ്. അത് പല രീതിയിൽ എല്ലാ തരം ബന്ധങ്ങളിലും പ്രശ്നങ്ങൾ ഉണ്ടാക്കും. സാമ്പത്തിക സ്വാതന്ത്ര്യം ഉണ്ടാവുന്നത് ഇത്തരം പല സാഹചര്യങ്ങളെയും നേരിടാനുള്ള ധൈര്യം നമുക്ക് തരും.നമ്മുടെ അഭിപ്രായങ്ങൾ, അനുഭവങ്ങൾ ഒക്കെ പങ്കുവയ്ക്കുമ്പോൾ കേൾക്കുന്നതിന് പകരം പുച്ഛരത്തോടെ നോക്കിനിൽക്കുന്ന ഒരാളാണ് അപ്പുറത്ത് എങ്കിൽ അയാൾക്ക് വേണ്ടി നിങ്ങൾ കളയുന്ന സമയം എല്ലാം വെറുതെ ആണ്. താൻ അറിയാത്തതു അനുഭവിക്കാത്തതുമായ കാര്യങ്ങളെ നിസാര ഭാവത്തോടെ കേൾക്കാതിരിക്കാൻ പറ്റണം. ബന്ധങ്ങൾ ബന്ധനം ആയി മാറാറുള്ളത് പലപ്പോഴും സ്ത്രീകൾക്ക് ആയിരിക്കും കൂടുതൽ അനുഭവിക്കേണ്ടി വരുന്നത്. അത്തരത്തിലുള്ള ഒരുപാട് അനുഭവങ്ങൾ അവർക്ക് പങ്കുവയ്ക്കാനും കാണും. എത്രയോ സ്ത്രീകൾ സ്വന്തം വീട്ടിൽ നിന്ന് പോലും സ്വാതന്ത്ര്യം ഭിക്ഷയാചിച്ചു വാങ്ങി ജീവിക്കുന്നു. എന്തിനും ഏതിനും അനുവാദം ചോദിച്ച് പലപ്പോഴും പല സാഹചര്യങ്ങളിലും തനിക്ക് സ്വാതന്ത്ര്യം ഇല്ല എന്നും അത് മറ്റൊരാൾ തരേണ്ടതാണെന്നും അവർ തന്നെ വിശ്വസിക്കുന്നു. ആ വിശ്വാസത്തെ മുറുകെ പിടിച്ച് പലരും ഇപ്പോഴും ജീവിക്കുന്നും ഉണ്ട്. എന്റെ കാഴ്ച്ച

പാടിൽ ഒരു പെണ്ണിനേയും ഒരാണും തടങ്കലിൽ വയ്ക്കുനൊന്നും ഇല്ല എന്നാണ്. സമൂഹത്തിലെ ചില നിലപാടുകൾ അനുസരിച്ച് ജീവിക്കുന്നതിന്റെ ഭാഗമായി സ്ത്രീകൾ സ്വയം അവരുടെ ആഗ്രഹങ്ങൾ ഒതുക്കി വയ്ക്കുകയല്ലേ. എനിക്ക് ഇതാണ് വേണ്ടത് എന്ന് ഉറച്ച സ്വരത്തിൽ ആത്മവിശ്വാസത്തോടെ പറയാൻ പലപ്പോഴും അവർ ഭയക്കുന്നു. സ്ത്രീ പുരുഷൻ എന്ന വേർതിരിവ് ഇല്ലാതെ ഒന്ന് ചിന്തിച്ച് നോക്കൂ. രണ്ടു വ്യക്തികൾ എന്ന നിലക്ക് ഒരു വ്യക്തിക്ക് മേൽ മറ്റൊരു വ്യക്തി ഒരുപാട് അധികാരം കാണിക്കുകയും അഭിപ്രായം പറയുകയും ചെയ്യുമ്പോൾ. ഇവിടെ രണ്ടുവെക്തികളും ഒരുപോലെ തെറ്റ് ചെയ്യുന്നുണ്ട്, ഒന്ന് ആ വ്യക്തി മറ്റൊരാളെ മാനസികമായി വേദനിപ്പിക്കുന്നത്, രണ്ടാമതായി മറ്റൊരാൾ ഒരുപാട് വേദനിപ്പിക്കുമ്പോൾ അതെല്ലാം സഹിച്ച് വീണ്ടും അവിടെ തന്നെ നിൽക്കുന്നതും തെറ്റാണ്. പ്രശ്നം അനുഭവിക്കുന്ന ആൾ

പ്രതികരിക്കുക. എന്നിട്ടും മാറിയില്ലെങ്കിൽ അവരുമായി ജീവിതം പങ്കുവയ്ക്കുന്നത് അവസാനിപ്പിക്കുക. എല്ലാവർക്കും ആവശ്യം വേണ്ടത് മനുഷ്യത്വം ആണ്. മറ്റുള്ള ആളുകളെ അവരുടെ വികാരത്തെ അറിയാനും മനസിലാക്കാനും ശ്രമിക്കണം. കൂടെ നിന്നില്ലേലും അവരുടെ സ്വാതന്ത്രത്തെ ചങ്ങലയ്ക്കിടാതെ ഇരിക്കാൻ എങ്കിലും എല്ലാവർക്കും ഒന്ന് പരിശ്രമിച്ചാൽ സാധിക്കും. അടുത്ത വീട്ടിലെ കുട്ടി നേരം വൈകുന്നതിന് മുന്നേ മുന്നേ വീട്ടിൽ എത്തുന്നുണ്ടോ?

ഇനി അഥവാ എത്തിയില്ലെങ്കിൽ അവൾ എവിടെ പോയതാവും?

അവൾ എന്താ കല്യാണത്തിന് സമ്മതിക്കാത്തെ?

ഇനി വല്ല പ്രേമവും ഉണ്ടായിരിക്കോ.!

ഇതെല്ലാം ഓർത്ത് തലപ്പുകഞ്ഞു ആലോചിക്കേണ്ട കാര്യം ഉണ്ടോ. ഇത് പെൺകുട്ടികൾക്ക് മാത്രം അല്ല കേൾക്കേണ്ടി വരുന്നത് ആൺകുട്ടികളും കേൾക്കേണ്ടി വരുന്നുണ്ട്.

ആ ചെക്കൻ മുടി വളർത്തുന്നു, ഇനി വല്ല കഞ്ചാവും ആയിരിക്കോ അവൻ?

ഇനി എന്തൊക്കെ അറിയണം അവർക്ക്.

ആതിര അത്തിയേക്കൽ

ആതിര അത്തിയേക്കൽ

നാരായണൻ അത്തിയേക്കലിന്റെയും രാധ നാരായണന്റെയും മകൾ. സ്വദേശം മലപ്പുറം ജില്ലയിലെ കാച്ചടി. കാലിക്കറ്റ് യൂണിവേഴ്സിറ്റിയിൽ എം. എ ഫിലോസഫിയിൽ ബിരുദാനന്തര

ബിരുദം ചെയ്തുകൊണ്ടിരിക്കുന്നു. അഭിനയം, നൃത്തം, എഴുത്ത് എന്നിവയിൽ താല്പര്യം. ആദ്യമായി പ്രസിദ്ധീകരിക്കുന്ന മോട്ടിവേഷൻ പുസ്തകമാണ് 'ആഴം '

Printed by Libri Plureos GmbH in Hamburg, Germany